महाराष्ट्रातील गरिबी

प्रा. डॉ. सुनील मायी

डायमंड पब्लिकेशन्स

महाराष्ट्रातील गरिबी

प्रा. डॉ. सुनील मायी

प्रथम आवृत्ती – सप्टेंबर २००९

ISBN 978-81-8483-190-0

© डायमंड पब्लिकेशन्स

अक्षरजुळणी
डायमंड पब्लिकेशन्स, पुणे

मुखपृष्ठ
शाम भालेकर

प्रकाशक
डायमंड पब्लिकेशन्स
२६४/३ शनिवार पेठ, ३०२ अनुग्रह अपार्टमेंट
ओंकारेश्वर मंदिराजवळ, पुणे–४११ 030
☎ 020–२४४५२३८७, २४४६६६४२
info@diamondbookspune.com

ऑनलाईन पुस्तक खरेदीसाठी भेट द्या
www.diamondbookspune.com

प्रमुख वितरक
डायमंड बुक डेपो
६६१ नारायण पेठ, अप्पा बळवंत चौक
पुणे–४११ 030 ☎ 020–२४४८०६७७

मनोगत

गरिबी ही भारतीय समाजातील अन् भारतातील सर्वच राज्यामंधील एक महत्त्वाची समस्या आहे. गरिबी का निर्माण होते? गरिबीचा शास्त्रीय अर्थ काय आहे? वेगवेगळ्या पंचवार्षिक योजनांमध्ये गरिबी दूर करण्यासाठी किंवा कमी करण्यासाठी किती रक्कम मंजूर झालेली होती? दरडोई उत्पन्न म्हणजे काय? हे उत्पन्न नेमके कसे काढले जाते? श्रीमंत, मध्यमवर्गीय आणि गरीब या सगळ्या संकल्पनांचा नेमका अर्थ कोणता आहे? हा सगळा अभ्यास खरं तर अर्थशास्त्रात मोडणारा आहे. अर्थशास्त्रातील गरिबीचा विचार बहुतेक तज्ज्ञ मंडळी नेहमीच गरिबी या वेगवगेळ्या पैलूंच्या दृष्टिकोनातून करीत असतात. या संदर्भात राज्य सरकारला व केंद्र सरकारला सूचना करण्याचेही काम ते करतात. सर्व सरकारे अशा तज्ज्ञांचा योग्य तो आदर करून त्यांच्या सूचना लक्षात घेतात व त्यानुसार अंमलबजावणी करण्याचा प्रयत्न करतात.

सध्याचा शास्त्रांचा कालखंड हा सर्वव्यापी आहे. सर्व शास्त्रे परस्परांशी जोडलेली असतात. हे आता सर्वमान्य झालेले आहे. एका शास्त्रातील विचार दुसऱ्या शास्त्रातीलही असू शकतो किंवा एका शास्त्रातील सिद्धान्ताचा परिणाम दुसऱ्या शास्त्राच्या विकासावर होतो ही बाबही लक्षणीय आहे.

गरिबी ही संकल्पना जरी अर्थशास्त्रातील असली तरी गरिबीचा मूळ संबंध समाजाशी आहे. समाजातील लोकांशी आहे. ज्या समाजात आपण राहतो

त्या समाजात आपल्या किंवा लोकांच्या आर्थिक वर्गानुसार त्यांचे गट पडलेले असतात. श्रीमंत, मध्यमवर्गीय, उच्च मध्यमवर्गीय, मध्यम मध्यमवर्गीय, कनिष्ठ मध्यमवर्गीय, गरीब, भिकारी हे जर सामाजिक वर्ग आहेत ते सगळे आर्थिक घटकांवरच आधारलेले आहेत.

आपण सगळे जेव्हा समाजात वावरतो तेव्हा आपला सामाजिक जीवनाचा एक आर्थिक वर्ग असतो. एका आर्थिक वर्गातील लोकांचे त्याच आर्थिक वर्गात सर्व प्रकारचे संबंध विकसित होताना दिसून येतात. लोकांचं येणं-जाणं, विवाह, संपर्कातील व्यक्ती, आवडीनिवडी, नोकरी व व्यवसाय या सगळ्या बाबीदेखील आर्थिक वर्गाशी संबंधित असलेल्या दिसून येतात.

भारतीय समाजाचा विचार केल्यास असे दिसून येईल की प्रत्येक वर्गाची एक जीवनपद्धती आहे व त्या जीवनपद्धतीवर त्या वर्गाचे प्रचंड प्रेम आहे. वर्गीय अभिमान ही केवळ आपल्याच देशा व त्यातही महाराष्ट्रातच असलेली बाब आहे. गरिबांना गरिबीचा अभिमान आहे व गरीब असले म्हणून काय झालं? कोणासमोर लाचार तर नाही ना? अशा तऱ्हेचे गरिबी वाढविणारे तत्त्वज्ञानही आहे. यामुळेच वर्ग बदलणं ही सोपी बाब राहिलेली नाही. 'खाऊन पिऊन सुखी' असणाऱ्या लोकांची संख्या महाराष्ट्राचा विचार केला तर प्रचंड प्रमाणावर असलेली दिसून येते व जसे आहेत तसेच शेवटपर्यंत असावे हीच लोकांची मनोवृत्तीही दिसून येते.

महाराष्ट्रीय जीवनपद्धतीचा सामाजिकदृष्ट्या विचार केल्यास असे लक्षात येईल की सामाजिक जीवनाचे अनेक पैलू आर्थिक बाबींशीच निगडित आहेत. 'सगळी सोंगे आणता येतात; पण पैशाचं सोंग आणता येत नाही.' ही पूर्वापारपासून प्रचलित असलेली विचारसरणी आजही आहे. त्याप्रमाणे 'आपण व आपली विचारसरणी जशी आहे तशीच समाजातील लोकांच्या समोर आली पाहिजे.' हा विचार महाराष्ट्रात सर्वसामान्य आहे.

थोडक्यात, कोणत्याही गोष्टीचा आव आणणे किंवा सोंग आणणे हा प्रकार महाराष्ट्रीयन व्यक्तींना मान्य नाही. उलट आपण जसे आहोत त्याचाच प्रचंड अभिमान बाळगणे ही मानसिकदृष्ट्या व्यक्तीला सबळ पण आर्थिकदृष्ट्या व्यक्तीला निष्क्रिय बनविणारी मनोवृत्ती या राज्यात फार मोठ्या प्रमाणात असलेली दिसून येते. लहान मुलांचे संगोपन सगळ्याच कुटुंबात केले जाते. तेथे लहान

वयापासून आपण जसे आहोत तशाप्रकारेच दिसावे ही मनोवृत्ती 'project' केली जाते.

महाराष्ट्रातील गरिबीचा आणखी थोडा विचार केला तर असेही लक्षात येते की गरिबीचा अभिमान आहे; पण श्रीमंतांबद्दल अजिबात द्वेष नाही हा विचार सर्वदूर लोकांच्या मनामध्ये असलेला दिसून येतो.

या सर्व गोष्टींचा विचार करून 'गरिबी' हा केवळ अर्थशास्त्रात विचार करावयाचा भाग नसून खरे तर ही संकल्पना समाजशास्त्रीय आहे. कारण प्रत्यक्षात ती समाजातील आहे. हा सगळा आढावा व आवाका लक्षात घेऊन मी समाजशास्त्राच्या अनुषंगाने महाराष्ट्रातील गरिबी हा विचार या पुस्तकात मांडलेला आहे. माझ्या मते पहिल्यांदाच या दृष्टिकोनातून असा विचार झालेला आहे.

सदर पुस्तकात मांडलेली मते माझी स्वतःची आहेत. ती इतरांना मान्य होतील किंवा होणारही नाहीत. हा ज्याच्या त्याच्या विचार करण्याच्या दिशेचा भाग आहे. ज्यांना ही मते मान्य आहेत त्यांच्या अन् माझ्या विचार करण्याची दिशा समान आहे असे मी मानतो. ज्यांना ही मते मान्य नाहीत त्यांनी वेगळ्या लेखनाद्वारे किंवा पुस्तकाद्वारे ती मांडावीत. वाचताना मला आनंदच होईल.

महाराष्ट्र राज्याच्या निर्मितीला ५० वर्षे पूर्ण झाल्याच्या निमित्ताने डायमंड प्रकाशनचे श्री दत्तात्रेय पाष्टे यांनी पन्नास पुस्तकांची जी मालिका काढली आहे त्या मालिकेतले हे एक पुस्तक आहे. श्री. पाष्टे यांनी माझ्यावर जो विश्वास दाखविला त्याबद्दल त्यांचे मी त्यांचे आभार मानतो. त्यांना वेळोवेळी केलेल्या आग्रहातूनच या पुस्तकाची निर्मिती झाली आहे. वाचक यथायोग्य स्वागत करतील ही अपेक्षा ठेवतो.

प्रा. डॉ. सुनील मायी
जळगाव

लेखक परिचय

प्रा. डॉ. सुनील मायी

१.	जळगाव येथील डॉ. अण्णासाहेब जी. डी. बेंडाळे महिला विद्यालयात गेल्या २३ वर्षांपासून समाजशास्त्राचा प्रपाठक व विभागप्रमुख म्हणून कार्यरत.

२.	उत्तर महाराष्ट्र विद्यापीठ (जळगाव)च्या समाजशास्त्र व समाजकार्य विषयाचा अध्यक्ष म्हणून २००१–२००३ या काळात कार्य.

३.	उ. म. वि. तर्फे एम.फिल. व पीएच.डी.चा मार्गदर्शक म्हणून मान्यता., सध्या ८ एम.फिल. व २ पीएच.डी.च्या विद्यार्थ्यांना मार्गदर्शन सुरू.

४.	यापूर्वी ११ पुस्तके प्रकाशित.

५.	नुकताच AIR INDIA तर्फे 'BOLT' पुरस्काराने सन्मानित.
	(शैक्षणिक योगदानाबद्दल)

गरिबीचा अर्थ

वेगवेगळ्या विषयातील अभ्यासकांनी त्या त्या विषयाच्या अनुषंगाने गरिबीचा विचार मांडलेला आहे. प्रत्येक विषयाने आपल्या विषयाच्या परिमाणात गरिबी म्हणजे काय? याचे विश्लेषण केलेले आहे. भारतातील गरिबीचे प्रमाण आणि स्वरूप याबाबतचा अभ्यास अनेक अर्थशास्त्रज्ञ आणि संघटनांकडून करण्यात आलेला आहे. समाजशास्त्रात गरिबीचा विचार एक समस्या म्हणून केला जातो. गरिबी ही एक प्रमुख समस्या आहे. बाकीच्या बहुतांशी समस्या या गरिबीतून निर्माण झालेल्या समस्या आहेत. फुटपाथवर राहणारे लोक, झोपडपट्ट्यांतून अतिशय कनिष्ठ प्रतीचे जीवन जगणारे लोक, जिवंत राहणे हेच एकमेव ध्येय असलेले लोक तसेच बसस्टँड, रेल्वेस्टेशन इत्यादी जागा भिकाऱ्यांनी

तुडुंब भरलेल्या दिसून येतात. या सगळ्या गोष्टी भारतीय समाजाची गरिबी दर्शविणाऱ्या आहेत.

गरिबीचे प्रमाण आणि स्वरूप याबाबतचा अभ्यास वेगवेगळ्या विषयातील विचारवंतांकडून करण्यात आलेला आहे. यात प्रामुख्याने श्री. पी. डी. ओझा, डॉ. वि. म. दांडेकर, डॉ. निळकंठ रथ, डीकोस्टा यांनी याविषयी काढलेले निष्कर्ष महत्त्वाचे मानले जातात.

तसा विचार केल्यास गरिबी ही सापेक्ष संकल्पना आहे. प्रत्येक व्यक्तीच्या निर्माण होणाऱ्या गरजा व त्या पूर्ण करण्यासाठी उपलब्ध असलेली अनुकूल आणि प्रतिकूल परिस्थिती ही ज्याप्रमाणे वेगळी असते त्याचप्रमाणे गरिबी ही संकल्पना व्यक्तीपरत्वे बदलणारी असते. गरजा निर्माण होणे आणि त्या सतत पूर्ण करीत जाणे ही मानवी जीवनातील साखळी आहे. समाधानी आयुष्यासाठी ही साखळी तुटणे आवश्यक असते; पण जर एखाद्या व्यक्तीची ही साखळी आजन्म सुरूच राहिली तर त्याच्या गरजा संपणार नाहीत. त्याचबरोबर त्याच्या आयुष्यात आलेली गरिबी जाणार नाही. याउलट जर एखाद्या व्यक्तीच्या गरजाच मुळात कमी असतील तर त्या उपलब्ध साधनसामग्रीत पूर्ण होतील. परिणामी त्याला गरिबी जाणवणार नाही व गरिबी असली तरी तिचा त्याच्या जीवन जगण्याच्या प्रक्रियेवर कोणताही परिणाम होणार नाही. ॲडम स्मिथ या अर्थशास्त्रज्ञाने याविषयी आपले विचार व्यक्त करताना म्हटले आहे की, ''प्रत्येक व्यक्ती आपल्या इच्छा, अपेक्षा पूर्ण करण्यासाठी पूर्ण कौशल्याने प्रयत्न करते; पण ज्यावेळी या अपेक्षा पूर्ण होत नाहीत त्यावेळी ती व्यक्ती स्वत:ला गरीब किंवा दरिद्री समजते.''

प्रसिद्ध समाजशास्त्रज्ञ गिलीन याने गरिबीविषयी असे म्हटलेले आहे की, ''ज्या परिस्थितीत एखादी व्यक्ती अपुरे उत्पन्न किंवा गैर खर्चामुळे स्वत:ची तसेच अवलंबितांची शारीरिक व मानसिक व्यवस्था ठेवू शकत नाही व सामाजिक मुद्यांनुसार आपले जीवन व्यतित करू शकत नाही त्या परिस्थितीला गरिबी असे म्हणावे.''

जीवन जगण्याची व्यवस्था सामाजिक मूल्ये निर्माण करतात व व्यक्तीला समाजात राहावयाचे असेल तर या मूल्यांच्या चौकटीतच वर्तन ठेवावे लागते व स्वत:च्या गरजा पूर्ण कराव्या लागतात. व्यक्तीने आपल्या आयुष्याच्या कोणत्या वयात कोणत्या जबाबदाऱ्या पार पाडाव्यात, कोणते नातेसंबंध स्वीकारावेत व त्या प्रत्येक नात्यांच्या गरजांची जबाबदारी कशी घ्यावी हे सर्व सामाजिक मूल्ये ठरवितात. म्हणजे केवळ व्यक्तींच्या गरजा पूर्ण होणे ही बाब महत्त्वाची नाही, तर त्या गरजा पूर्ण करण्याच्या व्यवस्थेला सामाजिक मान्यता असते ही बाब प्रत्येक समाजात महत्त्वाची मानली जाते. किंबहुना मुळात व्यवस्थाच गरजा निर्माण करते व व्यक्तीला त्या पूर्ण कराव्या लागतात. ज्या व्यक्तींच्या निर्वाहविषयक व इतर सामाजिक गरजा पूर्ण होत नाहीत त्या आपोआपच इतर व्यक्तींच्या तुलनेने गरीब मानल्या जातात. म्हणजेच गरिबी ही संकल्पना तशी तुलनात्मक संकल्पना आहे. म्हणजेच अगोदर श्रीमंती म्हणजे काय हे ठरवावे लागेल व जे श्रीमंत नाही ते गरीब असा तुलनात्मक विचार करावा लागेल. मानव जेव्हा समाजात जीवन जगतो तेव्हा त्याला ज्या जबाबदाऱ्या पार पाडावयाच्या असतात, त्या बहुतांशी समान असतात. ही समानता सामाजिक मूल्यांच्याद्वारे आणली जाते. या सगळ्या गरजा पूर्ण करण्यासाठी व्यक्तीला आर्थिक बळाची गरज असते. जेव्हा व्यक्ती हे आर्थिक बळ जमा करण्यास असमर्थ ठरते तेव्हाही तिला गरीब म्हटले जाते.

'भारतातील दारिद्र्य' या आपल्या पुस्तकात डॉ. वि. म. दांडेकर यांनी गरिबीबाबत असे मत व्यक्त केले आहे की, ''अल्प राष्ट्रीय उत्पन्न आणि त्याचे विषम विभाजन, विकासाचा मंद वेग आणि विकासातून निर्माण होणाऱ्या मर्यादित फायद्याचे विषम प्रमाणात वाटप या सर्व बाबींमुळे गरिबी निर्माण झालेली आहे.''

विकास ही संकल्पना त्या त्या देशाच्या परिस्थितीवर बऱ्याच प्रमाणात अवलंबून आहे. सर्व व्यक्तींना जीवन जगण्याची साधने उपलब्ध होणे व या साधनांचा त्या व्यक्तीने उपयोग करून घेऊन स्वत:च्या जीवनाला सामाजिक

जीवनाच्या समांतर ठेवणे ही कल्पना विकासात अपेक्षित आहे. कोणत्याही समाजातील सर्वच व्यक्ती कधीही विकासाच्या समान पातळीवर नसतात. समाजशास्त्रात स्तरीकरण ही कल्पना आहे. त्यानुसार प्रत्येक व्यक्तीची बुद्धी, काम करण्याची क्षमता, निर्णयक्षमता, व्यक्तिमत्त्व, गरजा या गोष्टी वेगवेगळ्या असतात. समाजातही सर्वच कामे सारखीच महत्त्वाची नसतात. काही कामे महत्त्वाची तर काही कमी महत्त्वाची असतात. अर्थातच जास्त महत्त्वाची कामे करणाऱ्यांना जास्त तर कमी महत्त्वाची कामे करणाऱ्यांना कमी वेतन मिळते. मिळणाऱ्या वेतनाप्रमाणे किंवा होणाऱ्या अर्थार्जनाप्रमाणे व्यक्ती आपल्या गरजा कमी-जास्त करीत असते. ज्या व्यक्तीच्या सर्वच गरजा सहजगत्या पूर्ण होतात ती श्रीमंत, तर ज्या व्यक्तींच्या किमान निर्वाहपातळीवर गरजा पूर्ण होण्यामध्येही अनेक अडचणी येतात ती व्यक्ती गरीब मानली जाते.

कार्ल मार्क्स या सुप्रसिद्ध विचारवंतांच्या मते भांडवलशाही अर्थव्यवस्था हे गरिबी निर्माण होण्याचं प्रमुख कारण आहे. भांडवलशाही अर्थव्यवस्थेत भांडवलदार हे दिवसेंदिवस श्रीमंत होत जातात तर कामगार हे मिळणाऱ्या अल्प मोबदल्यामुळे अर्थातच गरीब बनत जातात. श्रीमंतांच्या श्रीमंतीमध्ये जशी वाढ होते तशी वाढ गरिबांच्या गरिबीत होते. जर समाजात. पराकोटीची आर्थिक विषमता असेल तर, अर्थातच श्रीमंत व गरीब हे परस्परविरोधी हितसंबंध असलेले दोन वर्ग निर्माण होतात. वेगवेगळ्या कारणांमुळे व्यक्ती ज्या वर्गात आहेत. त्याच वर्गात पिढ्यान्पिढ्या राहतात आणि बहुसंख्य लोक गरिबीच्या खाईत लोटले जातात हे कार्ल मार्क्सच्या सगळ्या विचाराचे सार आहे.

पॉशले या सुप्रसिद्ध मानसशास्त्रज्ञाने मानसिक आजार हे गरिबीचे मूळ कारण मानलेले आहे. त्याच्या मते, व्यक्ती जेव्हा सामाजिक जीवन जगते तेव्हा ती संतुलित मनोव्यवस्थेत असणे जरूरीचे आहे. व्यक्तीची मानसिक स्थिती व्यवस्थित असेल तर व्यक्ती स्वतःच्या वाट्याला झालेल्या सर्व भूमिका पार पाडू शकते. पॉशलेने आर्थिक घटकांपेक्षाही मानसिक घटकांना अधिक महत्त्व

देताना सांगितले आहे की, सर्वंकष विचारासाठी व विकासासाठी व्यक्तीची मानसिक स्थिती संतुलित असणे फार महत्त्वाचे आहे. आर्थिक घटक हे तितकेसे महत्त्वाचे नाहीत. व्यक्तीच्या जीवन जगण्याच्या प्रेरणा, स्फूर्तीस्थाने, विविध दर्जे अन् त्यानुसार पार पाडाव्या लागणाऱ्या भूमिका, व्यक्तीचे इतरांप्रती वर्तन या सर्व बाबींमध्ये सुसंगती असणे फारच आवश्यक आहे. ती नसेल तर व्यक्ती मंद बनेल. कोणत्याही प्रकारचा विचार करावयास ती असमर्थ बनेल. परिणामी गरीब किंवा दरिद्री बनेल.

एखादा रोजगार किंवा नोकरी करण्यासाठी व्यक्तीची सुदृढ मानसिक स्थिती असणे फार महत्त्वाचे आहे. पॉशेलच्या मते, काहीही करू नये असे वाटणे ही आळसाची प्रारंभिक अवस्था आहे; परंतु काहीही केले तरी उपयोग नाही किंवा आपल्या कोणत्याही कृतीमुळे कोणताही बदल होणार नाही असे वाटणे ही मानसिक बिघाडाची लक्षणे आहेत. असा बिघाड झालेल्या व्यक्तीपुढील जीवन जगण्याची उद्दिष्ट्येच नष्ट होतात. ती पूर्णपणे निराशेच्या स्वाधीन जाते. आपल्या सर्व कृती दोषपूर्ण आहेत असे तिला वाटू लागते. ती संशयी बनते, आपल्याविरुद्ध समाजातील इतर लोक काहीतरी कटकारस्थान करीत आहेत असेही व्यक्तीला वाटते. हळुहळू ती व्यक्ती समाजातील इतर व्यक्तींपासून वेगळी होते. ती अलिप्त होते व सामाजिक जीवनात तिची कोणतीही भूमिका राहत नाही. व्यक्तीच्या दृष्टीने ही अवस्था येणे फारच धोकादायक आहे. कारण या अवस्थेमुळे व्यक्तीची सामाजिक प्रतिष्ठा तर झपाट्याने कमी होतेच शिवाय तिला गरिबी यावयास सुरुवात होते.

लॉडीस या विचारवंताने गरिबीच्या वेगळ्याच पैलूंवर प्रकाश टाकलेला आहे. त्याच्या मते, केवळ व्यक्तीच्या गरजा पूर्ण न होणे म्हणजे गरिबी असे नाही, तर सतत व्यक्तीच्या मनावर आर्थिक ताण असणे, सतत पैशाबद्दलचे विचार व्यक्तीच्या मनात घोळत असणे याला ही गरिबी असेच म्हणता येईल. समाजातील ज्या वर्गावर सतत आर्थिक ताण असतो किंवा ज्या व्यक्ती सतत

आर्थिकतेशी संबंधितच विचार करतात त्यांना इतर भावनांचा विचार हा क्षुल्लक वाटतो. परिणामी या लोकांचा वर्ग स्वत:चे दैनंदिन व्यवहारही चांगल्या पद्धतीने पूर्ण करू शकत नाही. तसेच अशा व्यक्तींच्या संपर्कात यावयास बाकीच्या व्यक्ती तयार होत नाहीत. परिणामी केवळ एका पैलूवर लक्ष केंद्रित असणे व त्यामुळे जीवन जगण्याशी संबंधित इतर पैलू दुर्लक्षित होणे ही एका अर्थाने व्यक्ती गरीब असल्याचीच लक्षणे आहेत.

मॅक्सवेबर हा समाजशास्त्रज्ञ धर्माचा अभ्यासक होता. त्याच्या मते, व्यक्तींवर आणि समाजावर दारिद्र्य येण्यासाठी धर्म कारणीभूत आहे. जसे धर्मातील विचार असतील तशा व्यक्ती समाजात आचरण ठेवतील. धर्म आणि विज्ञान यांचा संबंध असो की नसो, तो भाग महत्त्वाचा नाही, तर धर्माचा समाजातील बहुतांशी लोकांवर प्रभाव असतो ही गोष्ट महत्त्वाची आहे. धर्मातील कल्पना या भलेही खोट्या व काल्पनिक असतील तरी त्या परंपरेने झिरपत झिरपत समाजात आल्यामुळे या सर्व कल्पनांना एक प्रकारची सामाजिक मान्यताच मिळालेली असते. ज्या धर्मातील कल्पना या अर्थकारणाला महत्त्व न देणाऱ्या आहेत त्यांच्यात गरिबी जास्त आहे. उदा. हिंदू आणि मुसलमानांच्या धार्मिक कल्पना या अर्थकारणाला विशेष महत्त्व देत नाहीत. परिणामी जगात या दोन्ही धर्मात गरीब लोकांचे प्रमाण जास्त आहे, तर ख्रिश्चन व त्यातही प्रोटेस्टंट पंथीय ख्रिश्चन हे जीवनाचा सगळा विचार आर्थिक अंगाने करतात. सर्व सुख उपभोगावे या मताचे ते आहेत. परिणामी जगात प्रोटेस्टंट ख्रिश्चन सर्वात श्रीमंत असलेले दिसून येतात.

धार्मिक विचार हे जरी कल्पित असले तरी व्यक्ती नेहमीच व्यावहारिक पातळीवर जीवन जगू शकत नाहीत. गरजा पूर्ण करणे, प्रतिष्ठा मिळविणे या सगळ्या गोष्टी संपन्न सामाजिक जीवनासाठी आवश्यक आहेत यात काहीच शंका नाही; पण व्यक्तीला संकटकाळात धीर देणे, सतत व्यक्तीला मार्गदर्शन करित राहणे, काही कारणामुळे व्यक्ती जर दु:खी झालेल्या असतील तर त्यांना

त्या दुःखातून बाहेर काढून नेहमीचे जीव जगावयास प्रवृत्त करणे व व्यक्तीच्या मनात समाधान निर्माण करणे या वेगवेगळ्या कारणांसाठी व्यक्तींच्या जीवनात धर्माचे स्थान अबाधित आहे. समाजात नास्तिक लोकांपेक्षा अस्तिक लोकांची संख्या जास्त आहे. भारतासारख्या पारंपरिक देशात तर व्यक्तीला लहान वयापासूनच धार्मिक शिकवण दिली जाते. जीवनातील सर्व महत्त्वाच्या प्रसंगांमध्ये धर्म महत्त्वाची भूमिका बजावतांना दिसून येतो. तसेच व्यक्ती धर्माच्या माध्यमातून श्रीमंत होतात व कर्जबाजारीही होतात. आपल्या देशात विवाह, सण, समारंभ साजरे करणे या बाबी फार महत्त्वाच्या मानल्या जातात. परिणामी ही धर्मामुळे झालेली गरिबी ठरेल. बऱ्याचशा अविकसित समाजात लोक आलेली आर्थिक विचारांपेक्षा धार्मिक विचार अधिक प्रकर्षाने करताना दिसून येतात. अर्थतच मॅक्सवेबरने गरिबीचे जे धार्मिक कारण दिलेले आहे ते भारतीय समाजाला पूर्णपणे लागू आहे असे मानता येईल.

वरील सर्व मुद्यांचा विचार केल्यास विविध शास्त्रातील विचारवंताच्या मतानुसार गरिबी म्हणजे काय? हे लक्षात येऊ शकते.

हे सर्व विचार संकल्पना लक्षात घेतल्यास गरिबीचा अर्थ असा सांगता येईल की, सामाजिक जीवनात वावरताना आणि समाजात जीवन जगत असताना त्या गरजा काही मूलभूत गरजांची पूर्तता होणे आवश्यक असते, ज्यांच्या त्या गरजा पूर्ण होत नाहीत त्यांना गरीब म्हटले पाहिजे. तसेच जन्माला येऊन केवळ जिवंत राहणे व निर्वाहविषयक गरजांची पूर्तता करणे हेच ज्यांच्या जीवनाचे एकमेव उद्दिष्ट होऊन बसते त्यांचाही समावेश 'गरीब' या संकल्पनेत करावा लागतो.

महाराष्ट्राचा विचार केल्यास हे राज्य तसे विकसित राज्य समजले जाते. या राज्यात औद्योगिक, कृषी व इतर विकास या राज्यात व्यापक प्रमाणात झालेला आहे तरीही प्रचंड प्रमाणात असणारी गरिबी ही या राज्यातील प्रमुख समस्या आहे. झोपडपट्ट्यांची दिवसेंदिवस वाढणारी संख्या, शिक्षण घेऊनही

रोजगार न मिळाल्याने वाढणारी बेकारी, वाट्टेल ते करून जिवंत राहण्यासाठी सतत चालणारा संघर्ष, मोठ्या प्रमाणात असलेले बालकामगार, नैतिक सामाजिक मूल्यांचे सतत होणारे अध:पतन, शिक्षण व नोकरी यांचा दुरान्वयानेही नसलेला संबंध, नोकरकपात, कृषी क्षेत्रातील समस्या, सतत होणाऱ्या आत्महत्या या सगळ्या बाबी महाराष्ट्रात फार मोठ्या प्रमाणात गरिबी आहे हे सिद्ध करणाऱ्या आहेत.

अर्थात आत्महत्या या केवळ गरिबीमुळे होत नाहीत, तर विविध प्रकारची कारणे आत्महत्या होण्यासाठी जबाबदार आहेत. त्याची चर्चा इथे करण्याचे काही कारण नाही.

अर्थशास्त्रात गरिबीचा आणि आर्थिक घटकांचा संबंध जोडला जातो. इतर वेळेलाही विचार करताना गरीब याचा अर्थ ज्यांच्याकडे पैसा नाही किंवा जे उदरनिर्वाहासाठी आवश्यक इतका पैसा मिळवू शकत नाहीत ते गरीब असा अर्थ केला जातो; पण समाजशास्त्रात व्यक्ती केवळ आर्थिक घटकांमुळे गरीब एवढा मर्यादित अर्थ घेतला जात नाही, तर गरिबीला कारणीभूत असणाऱ्या इतर सामाजिक घटकांचाही विचार इथे होणे अपेक्षित आहे.

❑❑❑

गरिबीची सामाजिक संकल्पना

सामाजीकरण

मनुष्य समाजात राहून आपल्या सर्व गरजांची पूर्तता करतो. म्हणजे समाजात राहणे ही मानवाची आद्य गरज आहे. केवळ गरजा पूर्ण करणे व आयुष्यभर जगत राहणे ही बाब मानवी जीवनातील गौण बाब आहे. मानवाला जिवंत राहण्यासाठी केवळ अन्न, वस्त्र, निवारा ह्यांचीच गरज नसते. मनुष्यत्व प्राप्त करून घेण्यासाठी एका मानवाचा अनेक मानवाशी विविध गरजांच्या अनुषंगाने संपर्क येणे ही बाब अतिशय महत्त्वाची आहे. मनुष्याच्या बाबतीत केवळ जीवन जगणे महत्त्वाचे नाही, तर 'सामाजिक जीवन' जगणे महत्त्वाचे आहे. समाजशास्त्रात 'सामाजीकरण' ही संकल्पना एवढ्याचसाठी वापरली जाते

की, ज्या समाजात व्यक्तीला जन्मभर राहावयाचे आहे, त्या समाजाशिवाय व्यक्तीच्या कोणत्याही आवश्यकता पूर्ण होऊ शकत नाहीत, त्या समाजाविषयी व्यक्तीला सर्व माहिती असणे अत्यंत आवश्यक आहे.

व्यक्तीच्या व्यक्तिमत्त्वाचा पूर्ण विकास समाजात होतो. एक माणूस म्हणून जीवन जगण्याचे सामर्थ्य समाजात राहूनच प्राप्त होते. मानवी अपत्याला चालावे कसे? बोलावे कसे? शब्दांचा अर्थ नेमका कोणता आहे? कोणते शब्द कोठे वापरावेत किंवा वापरू नयेत? हे सगळे शिक्षण मुद्दाम घ्यावे लागते. मानवामध्ये ग्रहणक्षमता आहे; परंतु शिक्षणाच्या माध्यमातून या क्षमतेचा विकास करावा लागतो.

प्रत्येक समाजात जीवन कसे जगावे? याविषयी काही नियम असतात. हे सगळे नियम व्यक्तीला माहीत करून घ्यावे लागतात व जीवन जगण्याच्या प्रक्रियेमध्ये या सर्व नियमांचा समावेश करावा लागतो. व्यक्तीला सगळा जन्मच समाजामध्ये काढावयाचा असल्यामुळे वेगवेगळ्या मार्गांनी व्यक्तीची सामाजिक जाणीव वाढीला लागावी यासाठी प्रयत्न केले जातात. प्रत्येक व्यक्तिमध्ये 'स्व'विषयक एक जाणीव असते. ती जाणीव विकसित होणे आवश्यक आहे. ही जाणीव सुरुवातीला कुटुंबातील लोक, मित्र परिवार, इतर वडिलधाऱ्या व्यक्ती, समाजात वावरणाऱ्या इतर व्यक्ती या सगळ्यांशी आलेल्या संपर्कातूनच विकसित होते. व्यक्तीची स्वतःची स्वत्वविषयक जाणीव व सामाजिक जाणीव याचा व्यवस्थित संयोग झाला तरच व्यक्तीला चांगल्या प्रकारे सामाजिक जीवन जगणे शक्य होते.

इतर लोक आपल्या जीवन जगण्याच्या संदर्भात महत्त्वाचे असतात. आपले मोठेपण किंवा लहानपण हे इतरांच्या संदर्भातच ठरत असते. व्यक्तीचा व्यक्तीशी येणारा संपर्क हा व्यक्तीला समाजाशी बांधून ठेवतो. तसेच व्यक्तीला सामाजिक व्यवस्था स्विकारावयास भाग पाडतो. समाजातील अनेक गोष्टी व्यक्तीला मान्य असतीलच असे नाही; पण सामाजिक दबाव इतका प्रचंड असतो की, व्यक्तीला

त्या स्विकारल्याशिवाय पर्याय राहत नाही. मनुष्याला सामाजिक जीवन जगावयास लायक बनविण्याचे काम सामाजीकरणाच्या माध्यमाद्वारे केले जाते. खऱ्या अर्थाने एकटी व्यक्ती ही परावलंबी आहे. व्यक्तीला आपल्या सुप्त कलांचा विकास करण्यासाठी मानवी संपर्क ठेवावाच लागतो. मानवाची ही परावलंबनाची प्रक्रियाच खऱ्या अर्थाने मानवाचे सामाजीकरण घडवून आणते.

व्यक्ती समाजात ज्याप्रमाणे शारीरिक पातळीवर जगते त्याप्रमाणे ती मानसिक पातळीवर देखील जीवन जगते. मनातील भावना व त्या भावनांशी सुसंगत अशा प्रत्यक्ष दिसणाऱ्या क्रिया यातील संतुलन मानवाला समजून घ्यावे लागते. व्यक्ती आपल्या अमूर्त भावनांचे व्यक्तीकरण जर स्वैर पद्धतीने करू लागली तर समाजाचे संघटनही विस्कळीत होईल व व्यक्तीचे अंतर्गत जीवन देखील उद्ध्वस्त होईल. सामाजिक जीवन जगण्यासाठी असा विस्कळीतपणा घातक ठरतो. समाजाचे संघटन कायम टिकवून ठेवण्यासाठी काही नियम मुद्दाम निर्माण करावे लागतात, व्यक्तीने कोणताही वाद न निर्माण करता ते नियम स्विकारणे आवश्यक असते.

व्यवस्था – सामाजिक विचार करीत असताना सामाजीकरणाबरोबरच 'व्यवस्था' ही संकल्पना लक्षात घेणेही आवश्यक ठरते. सामान्य व्यवहारात आपण व्यवस्था हा शब्द जुळणी किंवा गरजपूर्तीची अपेक्षित रचना या अर्थाने वापरतो. एखादी मुख्य गरज जेव्हा पूर्ण करावयाची असते तेव्हा त्या मोठ्या गरजेच्या अनुषंगाने निर्माण होणाऱ्या लहान लहान गरजा अगोदर पूर्ण करणे महत्त्वाचे असते. या सगळ्यांचाच समावेश 'व्यवस्था' या शब्दामध्ये करता येईल. उदा. आपण एखाद्या व्यक्तीला विचारतो की, मुलाला शिक्षणासाठी बाहेरगावी ठेवायचे आहे तेव्हा पैशाची व्यवस्था झाली काय? किंवा एखादा कार्यक्रम आयोजित करावयाचा आहे तेव्हा व्यवस्था होईल काय?

याचाच अर्थ असा की, ज्या गोष्टी गृहीत धरलेल्या आहेत त्यांनाही उद्देशून व्यवस्था हा शब्द वापरला जातो. प्रत्येक गरज निर्माण होण्याचीही एक व्यवस्था असते व ती गरज पूर्ण करण्यासाठीही एक व्यवस्था असते. एकच गरज पूर्ण करण्याची ठराविक क्रिया जेव्हा सर्व व्यक्ती सारख्याच पद्धतीने व वर्षानुवर्षे करतात तेव्हा त्या रचनेला उद्देशूनही 'व्यवस्था' हाच शब्द वापरावा लागेल. व्यवस्था या शब्दाचा आणखी एक अर्थ म्हणजे त्या गोष्टीतील घटकांचा असलेला परस्परसंबंध प्रत्येक घटक संपूर्ण व्यवस्थेशी विशिष्ट कार्याने जोडलेला असतो. व्यवस्था कोणतीही असो; पण तिच्या विविध घटकांमध्ये सुसंवाद असतो. व्यवस्थेमध्ये व्यक्ती परस्परांच्या प्रभावाने प्रभावित होतात व एकमेकांशी आंतरक्रिया करतात, तसेच या आंतरक्रिया विसंगत नसतात तर त्यांच्यामध्ये एक प्रकारचा सुत्रबद्धपणा असतो. एकच एक क्रिया वारंवार त्याच त्या पद्धतीने करीत राहिल्यानंतर ती क्रिया नेमकी कशी करावी याबद्दल एक व्यवस्था निर्माण होते व एका समाजात राहणाऱ्या सर्व व्यक्ती ती क्रिया त्याच पद्धतीने करतात. अशा असंख्य क्रिया जेव्हा असंख्य व्यक्ती असंख्य वेळा एकसारख्या पद्धतीने करतात तेव्हा लोकांच्या क्रियांमध्ये एकसूत्रपणा आलेला आहे असे समजावे व या एकसूत्रपणावर सामाजिक व्यवस्था निर्माण होते. याशिवाय सर्व प्रकारच्या आंतरक्रिया या कांहीतरी उद्दिष्ट डोळ्यासमोर ठेवूनच केल्या जातात.

सगळ्याच गोष्टी व्यक्तीच्या मनासारख्या घडत नाहीत. सामाजिक जीवन जगत असताना व्यक्तीला वेगवेगळ्या व्यक्ती व घटकांशी तडजोड करावी लागते. मनात असो की नसो; परंतु जर समाजात राहावयाचे असेल तर काही घटक की, जे सर्वमान्य आहेत ते स्वीकारण्याशिवाय दुसरा कोणताही पर्याय व्यक्तीजवळ राहत नाही. तडजोडीशिवाय व्यक्ती सामाजिक जीवन जगू शकत नाही. बरेचदा केलेल्या तडजोडीचे समर्थन सामाजिक सदस्यांकडून केले जाते. सामाजिक व्यवस्थेमध्ये तडजोड–समायोजन या प्रक्रिया अखंड चाललेल्या दिसून येतात. सामाजिक व्यवस्थेतील नियमांमध्ये कालमानानुसार परिवर्तने होतात. व्यक्तीला या होणाऱ्या परिवर्तनाशीही स्वतःला जुळवून घेऊन व्यवस्था पुढे न्यावी लागते.

गरिबीचा सामाजिक संदर्भ स्पष्ट करताना तो काही समाजशास्त्रीय संकल्पनांच्याच आधारे स्पष्ट करता येईल. त्यातील दर्जा आणि भूमिका ही संकल्पना फार महत्त्वाची आहे. दर्जा आणि भूमिका या दोन्हीही गोष्टी एकमेकांवर आधारित आहेत. त्यांना एकाच नाण्याच्या दोन बाजू असेही म्हटले जाते. व्यक्तीचे समाजात व कुटुंबात जे स्थान असते त्याला दर्जा तर त्या दर्जाच्या आधारावर ठरलेले काम म्हणजे त्याची भूमिका असा याचा अर्थ सांगता येईल. एकाच व्यक्तीला तिच्या संपूर्ण जीवनभर अनेक दर्जे आणि भूमिका पार पाडाव्या लागतात. सहजपणे आणि प्रयत्नपूर्वक व्यक्ती हे शिक्षण घेताना दिसतात. प्रत्येक व्यक्ती दर्जाशी सुसंगत असलेली भूमिका पार पाडते. म्हणून तर समाज टिकून राहतो. दर्जाशी सुसंगत भूमिका पार पाडण्यात व्यक्तीला काही कारणांनी अपयश आले तर व्यक्ती मनातून खचतात व तिच्या अधोगतीची प्रक्रिया सुरू होते. गरजा पूर्ण होतात म्हणूनच व्यक्ती समाजात टिकून राहतात. दर्जाच्या आधारावर ज्या भूमिका निर्माण होतात त्या जर व्यक्तीने व्यवस्थित पार पाडल्या तर तिच्या गरजेबरोबर तिच्या संपर्कात येणाऱ्या प्रत्येक दर्जानुसार त्या व्यक्तीने आपली कोणती भूमिका पार पाडावी याबद्दल समाजात काही मूल्ये निर्माण झालेली असतात. प्रत्येक समाजातील लोक या मूल्यांना प्राणपणाने जपताना दिसून

येतात. सामाजिक मूल्यांचे रक्षण करणे हाच व्यक्तीच्या जीवनाचा एक आवश्यक भाग होऊन बसतो.

सामाजिक मूल्ये व गरिबी

आपल्या गरजांची पूर्तता सहजगत्या व्हावी म्हणून व्यक्ती अनेक प्रकारचे लहान लहान गट निर्माण करतात. गटांमध्ये सर्वच व्यक्ती सर्वच प्रकारची कामे करू शकत नाही त्यामुळे प्रत्येक व्यक्तीला तिच्या दर्जानुसार काही कार्ये वाटून दिलेली असतात व त्यानुसार तिने वागावे अशी अपेक्षाही केलेली असते.

लहानपणापासूनच जेव्हा व्यक्ती समाजात राहतात तेव्हा त्या आपल्या गरजांची पूर्तता समाजमान्य मार्गाने करतात. प्रत्येक गरज कशा प्रकारचे काम करून पूर्ण करावी याचा नियम म्हणजे सामाजिक मूल्ये होय. व्यक्तीचे सर्वसाधारण वर्तन कसे असावे हे सांगण्याचे काम मूल्ये करतात. मूल्ये ही अशा प्रकारचे नियम असतात की जे व्यक्तीला स्विकारावेच लागतात व त्यांच्या प्रती आदरभाव व विश्वास दाखववावा लागतो. मूल्ये ही एक प्रकारची सर्वसामान्य आदर्श (general standards) असतात. समाजातील व्यक्तीच्या प्रत्येक हालचालींचे नियम हे मूल्यांच्या आधारावरच निर्माण झालेले असतात आपले वर्तन हे मूल्यांप्रमाणे व्हावे याची आटोकाट काळजी व्यक्ती घेत असताना दिसून येतात. समाजातील मूल्यांशी व्यक्ती भावनात्मक बंधनांनी जोडल्या गेलेल्या असतात. व्यक्तीच्या भावना तिच्या मूल्यांशी निगडित असतात. मूल्यांना तडा गेला की, व्यक्ती अस्वस्थ होतात. म्हणजेच समाजजीवनाला मार्गदर्शन करण्याचे काम मूल्ये करताना दिसून येतात. प्रत्येक समाजातील व्यक्तींच्या जगण्याचे नियम निश्चित करण्याचे काम मूल्ये करताना दिसून येतात. इष्ट-अनिष्ट, चांगले-वाईट, योग्य-अयोग्य, पवित्र-अपवित्र यात भेद करण्याचे कार्यही मूल्येच करताना दिसून येतात.

समाजपरत्वे व कालमानपरत्वे मूल्ये बदलताना दिसून येतात. मानवावर जे विविध प्रकारचे संस्कार होतात त्यांचा प्रमुख आधार मूल्येच आहेत.

प्रत्येक व्यक्ती सामाजिक जीवन जगावयास महत्त्व देतात. आपण आपल्या समाजव्यवस्थेचा एक प्रमुख हिस्सा आहोत ही भावना सगळ्यांच्याच दृष्टीने अहंभाव सुखावणारी असते. व्यवस्थित व योग्य सामाजिक जीवन जगण्यासाठी पूर्णपणे मूल्यशरण होणे आवश्यक असते. सामाजिक मूल्यांचा इतका प्रभाव व्यक्तींवर असतो की त्याच्या पालनासाठी प्रसंगी स्वत: जीव देण्याचीही व्यक्तीची तयारी असते. पूर्वी राजपूत स्त्रिया जोहार करीत किंवा महाराष्ट्र आणि बंगालमध्ये सती जाण्याची प्रथा होती. ती पूर्णपणे मूल्यशरण अशा प्रकारची होती. वेगवेगळे सण-समारंभ साजरे करणे, प्रासंगिकदृष्ट्या काही ठिकाणी जाणे, तीर्थयात्रा करणे, मुला-मुलींचे विवाह थाटात साजरे करणे, काही प्रसंगी कितीही खर्च आला तरी त्याची पर्वा न करणे या आणि अशा कितीतरी प्रकारांमुळे भारतीय आणि महाराष्ट्रीय समाजात गरिबी निर्माण झालेली आहे. पुढे याची चर्चा सविस्तर येईलच.

सामाजिक विचारधारेनुसार विषमता ही प्रत्येक समाजाची प्रकृती आहे. सर्व प्रकारच्या समाजामध्ये काही निसर्गनिर्मित व काही मानवनिर्मित भेद दिसून येतात. प्रत्येकाची बुद्धिमत्ता व कार्यक्षमता वेगवेगळी असल्यामुळे विविध प्रकारचे सामाजिक स्तर समाजात निर्माण झालेले दिसून येतात.

कोणत्याही समाजामध्ये जे विविध स्तर असतात ते जन्माच्या गुणवत्तेच्या आधारावर असतात. समाजशास्त्रात ज्याला स्तरीकरण म्हणतात ते स्तरीकरण प्रत्येक समाजात आपणास प्रत्येक समाजात बघावयास मिळते. अगदी कुटुंबात जरी बघितले तरी सर्व व्यक्तींचा दर्जा कधीही समान नसतो. काहींना जास्त तर काहींना कमी महत्त्व असलेले दिसून येते.

समाजशास्त्रातील या सर्व संकल्पना लक्षात घेण्याचे कारण इतकेच की गरिबी आणि या संकल्पना यांचा नजिकचा संबंध आहे.

<hr>

व्यक्तीची सामाजिक जीवन जगण्याची जी चौकट तयार झालेली असते त्या चौकटीमध्ये व्यक्तीला आपल्या गरजा पूर्ण करीत जीवन जगावे लागते. यालाच वैयक्तिक संघटन असे म्हणतात. असे अनेकांचे वैयक्तिक संघटन एकत्रित येऊन सामाजिक संघटन अस्तित्वात येते. आपण समाजात टीकेचा विषय होऊ नये अशी व्यक्तीची नेहमी इच्छा असते. परिणामी सामाजिक गरजांना प्राधान्य व वैयक्तिक गरजांना बरेचदा गौण महत्त्व दिले जाते आणि सन्मानपूर्वक समाजात राहण्यासाठी व्यक्तीला सामाजिक रचना पूर्ण कराव्या लागतात. बरेचदा व्यक्तीची क्षमता नसतांनाही तिला या गरजा पूर्ण केल्याशिवाय गत्यंतर नसते. या सर्वांचा एकत्रित परिणाम गरिबी येण्यात होतो.

□□□

३

महाराष्ट्रातील गरिबीची कारणे

गरिबी ही सापेक्ष कल्पना असली तरी ज्यांच्या निर्वाहविषयक व कमीत कमी गरजाही पूर्ण होत नाहीत किंवा कमीत कमी जीवनावश्यक गरजा पूर्ण करताना ज्यांना जीवघेणा संघर्ष करावा लागतो त्यांना सर्वसाधारणपणे गरीब व त्यांच्या अवस्थेला गरिबी मानले जाते. आर्थिकदृष्ट्या गरिबी म्हणजे दारिद्र्यरेषेखालील व्यक्ती असे जरी असले तरी, राज्यातील गरिबीची बरीचशी कारणे सामाजिक आहेत. त्यांचा विचार खालीलप्रमाणे करता येईल.

(१) व्यवस्था टिकविण्यासाठी चौकटीयुक्त जीवन जगणे

मानवी जीवन जगण्याची चौकट ठरलेली आहे. ती चौकट कायम

राखण्यासाठी व जीवन जगण्याचे संघटन टिकवून ठेवण्यासाठी व्यक्तीला अनेक तडजोडी कराव्या लागतात. या व्यवस्था टिकवून ठेवण्याच्या प्रक्रियेत नातेसंबंध व्यवस्थेला महत्त्वाचे स्थान आहे. रक्ताची नाती व मानलेली नाती या दोन्हीही प्रकारच्या नात्यांचा प्रभाव महाराष्ट्रीय व्यक्तींवर फार मोठ्या प्रमाणावर आहे. मुळात कुटुंब व कुटुंबाशी संबंधित घडामोडी या महाराष्ट्रातच नव्हे तर भारतीय समाजजीवनात अस्तित्वात असलेली महत्त्वाची बाब आहे. ठराविक वयात व्यक्तीचा विवाह होणे, अपत्ये होणे, त्यांचा व्यवस्थित सांभाळ करणे, त्या आधारावर निर्माण झालेल्या सर्व नातेसंबंधांचा आदर करणे व त्यासाठी आवश्यक तेवढा पैसा खर्च करणे हा सामाजिक जीवनाचा फार महत्त्वपूर्ण भाग आहे. व्यक्ती आयुष्यात जेवढे पैसे मिळविते त्याच्या ९0% खर्च हा कौटुंबिक घडामोडींच्या संदर्भात होतो. मुळात कुटुंबाच्या स्वाथ्यासाठीच पैसा मिळविणे ही संकल्पना सर्वत्र मान्य आहे. आधुनिक काळात वैद्यकीय उपचार महागडे झालेले आहेत तरी व्यक्ती त्या उपचारांचा स्वीकार करताना आढळतात. मुलामुलींचा विवाह हा तर राज्यातील व्यक्तीच्या संदर्भात फार जिव्हाळ्याचा प्रश्न आहे. एक तर मुलगा असो की मुलगी, त्याचा किंवा तिचा एक दिवस विवाह होणार आहे याच उद्देशाने त्यांचे पालनपोषण केले जाते. मुलगा किंवा मुलगी असे स्पष्ट भेद पालन-पोषण करीत असताना कुटुंबात दिसून येतात. मुलीला भावी काळात आपल्या पतीचे कुटुंब निर्माण करावयाचे आहे. याच भावनेने तिला काही गोष्टी शिकविल्या जातात. उच्च मध्यमवर्गीय समाजात मुलगा-मुलगी असे भेद फार मोठ्या प्रमाणात मानण्यात येत नसले तरी सूक्ष्मपणे निरीक्षण केल्यास हे भेद दिसून येतात. वरवर मात्र सर्वत्र समानता आहे असे वातावरण मध्यमवर्गीयांनी निर्माण केलेले आहे.

श्रीमंतांना सर्व गरजा पैशाच्या बळावर ताबडतोब पूर्ण करता येतात. तर गरिबांना सर्व प्रकारच्या गरजांसाठी संघर्ष करावा लागणार आहे हे माहीत असते. तर खऱ्या अर्थाने सामाजिक चौकट व आपली प्रतिष्ठा या दोन्ही गोष्टी टिकविताना हैराण होणारा वर्ग म्हणजे मध्यमवर्ग होय.

या वर्गाची एक प्रकारची प्रमाणक शून्यता अवस्था (Anomic Stage) निर्माण झालेली दिसून येते. गरिबी टाळता येत नाही व श्रीमंत होता येत नाही. या चक्रात महाराष्ट्रातील मध्यमवर्ग सापडलेला दिसून येतो. गरजा पूर्ण करणे व पैसा मिळविणे, पैसा मिळाल्यावर पुन्हा गरजा पूर्ण करणे हे सरळ चक्र मध्यमवर्गीयांच्या संदर्भात घडत असलेले दिसून येते.

(२) परंपराप्रियता

परंपराप्रियता आणि गरिबी यांचा नजीकचा संबंध आहे. इतर प्रांताच्या तुलनेने महाराष्ट्र विकसित मानला जात असला तरी परंपराप्रियता हे येथील जीवनाचे एक प्रमुख अंग असलेले दिसून येते. सर्व प्रकारच्या परंपरांचा आदर आपल्याकडून राखला गेला पाहिजे असे मानणारा फार मोठा वर्ग येथे आहे. त्यामुळे सामाजिक सुधारणा सगळ्यात जास्त महाराष्ट्रात झालेल्या असल्या तरी येथील समाजमन थोडे खरवडून काढल्यास स्पष्टपणे परंपराप्रियता दृष्टीस पडते.

मुलीच्या विवाहप्रसंगी हुंडा देणे व विवाहाशी संबंधित इतर खर्च करणे ही येथील व्यवस्थाच मानली जाते. त्यामुळे हुंडाप्रथा ही समस्या मानलीच जात नाही. ज्याला मुलगी आहे त्या प्रत्येक महाराष्ट्रीय व्यक्तीसमोर मुलीच्या विवाहासाठी द्यावा लागणारा हुंडा ही आज महत्त्वपूर्ण समस्या आहे व अनेक व्यक्तींच्या किंवा अनेक जातींच्या गरिबीसाठी ही समस्या कारणीभूत आहे. मागे मी सांगितल्याप्रमाणे ही समस्या नाहीच तर व्यवस्था आहे. आपल्या मुलीच्या विवाहाच्या प्रसंगी हुंडा म्हणून काही रक्कम द्यावी लागेल, विवाहासाठी येणारा इतर खर्च करावा लागेल, आहेर-मानपान या सर्व बाबींसाठी अटळपणे उद्भवणारा खर्च करावा लागेल, जेवणावळी, प्रवासभाडे या सर्व बाबी वधुपिता गृहीत धरताना दिसून येतो. या सगळ्या साग्रसंगीत परंपरासहित विवाह करून देणे हीच बाब सामाजिक मानली गेल्यामुळे एकूणच विवाह हा विधी खर्चिक बनलेला आहे. आर्थिक परिस्थितीनुसार व इतर ऐपतीनुसार हुंड्याची रक्कम कमी-जास्त असू शकते; पण अजिबातच हुंडा दिलेला नाही असे होत नाही. याशिवाय मुलीच्या विवाहानिमित्त आहेर म्हणून

संसारोपयोगी वस्तू द्याव्या लागतात. विवाह झाल्यानंतरही वेगवेगळ्या माध्यमातून पैसे द्यावे लागतात व सर्व लोक ही बाब गृहीत धरताना दिसून येतात. शिक्षणाचा प्रसार वाढल्यानंतर व विशेषत: स्त्रियांनी शिक्षण घेतल्यानंतर त्या आर्थिकदृष्ट्या स्वावलंबी बनल्यानंतर समाजात वैचारिक जाणिवा वाढतील, त्यामुळे हुंडाप्रथा कमी होईल असे वाटले होते; पण दुर्दैवाने तसे झालेले दिसून येत नाही. उलट शिक्षणाच्या वाढत्या प्रचारामुळे वैचारिक जाणिवा रुंदावल्या व या प्रथेला अधिक चालना मिळाली असे दिसून येते.

मुलगी शिकलेली असो की नसो, ती नोकरी करणारी असो वा नसो, सगळी कुटुंबे तिच्या विवाहाच्या संदर्भात सजग असलेली दिसून येतात. आईवडिलांच्या जीवनातील आद्यकर्तव्य मुला-मुलींचे विवाह करून देणे हे आहे. हे तत्त्व आपल्याकडे सर्वत्र मान्य आहे. परिणामी प्रेमविवाह, रजिस्टर्ड विवाह यांचे प्रमाण महाराष्ट्रात जवळजवळ नाहीच तर विवाह हा मुला-मुलींच्या पालकांनीच ठरविण्याचा प्रकार आहे हे सर्वदूर मान्य असल्यामुळे मुलामुलींच्या विवाहाची रक्कम जमविताना शेती विकणे, घर गहाण ठेवणे, इतर सावकारांकडून व पतपेढ्यांकडून कर्जे काढणे हे प्रकार वाढलेले दिसून येतात. शेतकरी कुटुंबात गरिबी येण्याचे हे मुख्य कारण आहे. जळगाव, बुलढाणा या दोन जिल्ह्यांचा अभ्यास नमुन्यादाखल घेतला तर कित्येक शेतकऱ्यांनी आपल्या मुलींच्या विवाहासाठी शेती गहाण ठेवलेली किंवा विकलेली आढळेल. कुटुंबाची प्रतिष्ठा ही विवाहाभोवतीच गुंफली गेल्यामुळे बरेचदा खोटी प्रतिष्ठा टिकविण्यासाठी या प्रसंगी भावनेच्या भरात अवाजवी खर्च केले जातात व गरिबी ओढवून घेतली जाते. शिवाय हा सगळा प्रश्न भावनिक असल्यामुळे याविषयी इतरांसमोर जास्त चर्चा करणेही टाळले जाते.

महाराष्ट्रातील विशेषत: विदर्भातील व खानदेशातील शेतकऱ्यांच्या आत्महत्या २००६ ते २००८ या तीन वर्षांत मोठ्या प्रमाणात झाल्या. त्या बहुतांशी आत्महत्यांच्या कारणांचा विचार केल्यास मुली लग्नाला आल्या; पण आपण लग्न करून देण्यास आर्थिकदृष्ट्या सक्षम नाही हे प्रमुख कारण आढळून येईल.

केवळ हुंडा देणे-घेणे यामुळेच गरिबी येते असे नाही. तर मानपान-आहेर हे सर्व प्रकार कुटुंबाला गरिबी आणण्यास कारणीभूत ठरताना दिसून येतात. व्यक्तीला सामाजिकदृष्ट्या जीवन जगावे लागते व स्वत:ची सामाजिक व कौटुंबिक प्रतिष्ठा टिकविण्यासाठी वेळोवेळी आहेर देणे-घेणे या प्रकारांना सामोरे जावे लागते. केवळ समाजात सामान्य नागरिक म्हणूनही जीवन जगणे सोपे राहिलेले नाही. कुटुंबात व नातेवाईकात व्यक्तीची किंमत तिच्याजवळ किती पैसा आहे यावरच अवलंबून आहे. कोणी मान्य करो न करो; पण हेच सामाजिक सत्य असलेले दिसून येते. व्यक्तीच्या जन्मापासून ते मृत्यूपर्यंत जे जे सगळे विधी केले जातात त्या सर्वांपायी होणारा खर्चाचा भाग फार मोठा आहे. व्यक्तीच्या मृत्यूनंतरचे खर्च तर अनेक जातींमध्ये फार भयानक असतात. इतके की ह्या जातीतली एखादी वयस्कर व्यक्ती गंभीर आजारी जरी झाली तर संभाव्य खर्चाच्या भीतीने घरातली बाकीची मंडळी थरथर कापू लागतात. या सर्व खर्चात ११वा दिवस, १२वा दिवस, १३वा दिवस, गावजेवण, गोड जेवण, नातेवाईकांना द्यावे लागणारे आहेर, धार्मिक ठिकाणी करावे लागणारे विधी या सर्व गोष्टींमध्ये आर्थिक भाग फार मोठा आहे. त्यासाठी देखील कित्येकांना कर्ज काढावे लागते. जन्मानंतर आनंद झाला म्हणून व मृत्यूनंतर मृतात्म्यांच्या आत्म्याला शांतता लाभावी म्हणून जे जे संस्कार होतात त्यात सामाजिकता जपली जाते; पण प्रचंड मोठ्या प्रमाणावर खर्च होतो. हा सगळा परंपरा पाळण्याचाच भाग आहे; पण सगळा खर्चिक असल्यामुळे एका परीने ते गरिबीला आमंत्रण दिल्यासारखे आहे.

नातेसंबंध व्यवस्था टिकवून ठेवण्यासाठीही फार मोठ्या प्रमाणावर खर्च केला जातो व लोक हौसेने हा खर्च करताना दिसतात. त्या त्या प्रसंगांच्या वेळी जरी सगळे खर्च हौसेने केले जात असले तरी त्याचा परिणाम म्हणून जीवन जगण्याच्या व्यवस्थेला आर्थिक तडे गेलेले दिसून येतात.

महाराष्ट्रीय लोकधारेचा व सामाजिक जीवनाचा विचार केल्यास हे स्पष्टपणे दिसेल की विविध प्रकारचे सामाजिक संबंध जोपासण्यावर या राज्यात लोक भर देतात. यात वेळ आणि पैसा या दोन्हीही गोष्टी खर्ची पडतात आणि लोक आनंदाने त्याला मान्यता देतात.

(३) श्रद्धा आणि अंधश्रद्धा

मॅक्सवेबर या समाजशास्त्रज्ञाने लोक आणि धर्म यांचा जवळचा संबंध आहे हे सोदाहरण स्पष्ट करून सांगितले. व्यक्तीचा जो धर्म असेल तसा प्रभाव तिच्या विचारांवर लहानपणापासून पडतो. वेगवेगळ्या श्रद्धा, अंधश्रद्धा, प्रमाणके, आचारपद्धती. देवदेवतांच्या कल्पना, त्यांच्या कथा ह्या प्रत्येकावर बालपणापासूनच बिंबविल्या जातात. सामाजीकरणाच्या प्रक्रियेद्वारे प्रत्येकावर लहान वयापासूनच या सगळ्यांचा पगडा बसतो व वाढत्या वयागणीक त्याचा प्रभाव वाढत जातो. वेबरच्या मते, आर्थिक जीवनमान आणि धार्मिक विचार यांचा फार जवळचा संबंध आहे. ज्या धर्मातील धार्मिक विचार हे प्रत्यक्षवादी असतात त्या धर्मातील लोक अधिक श्रीमंत बनतात तर ज्या धर्मातील विचार हे पारंपरिकता जोपासणारे व गरिबीला जास्त महत्त्व देणारे असतात तो धर्म मानणारा समाज अर्थातच आर्थिकरित्या बनतो.

महाराष्ट्रात सर्वाधिक लोकसंख्या हिंदूंची आहे व हिंदू धर्म हा पैसा जमा करण्याला महत्त्व देत नाही. 'व्यक्तीने जे आहे त्यात समाधान मानले पाहिजे' 'वेळेच्या अगोदर कोणालाही काही मिळत नाही', 'तुमच्या नशिबातच नसेल तर तुम्ही तरी काय करणार?', 'नशिबात असेल तर घरबसल्या मिळेल व नसेल तर कितीही धडपड केली तरी काय फायदा' ही वाक्ये हिंदू समाजात वेळोवेळी उच्चारताना लोक दिसतात.

एका परीने व्यक्तीच्या मानसिक स्वास्थ्यासाठी 'नशिबवाद' ही कल्पना फार चांगली आहे. कारण त्यामुळे व्यक्तीच्या जीवनातील वखवख थांबते. जो काही पैसा आपल्याला मिळणार आहे त्यात स्वत:च्या गरजा पूर्ण करण्याचे व्यक्ती शिकतात; परिणामी गरीब व्यक्तीलाही श्रीमंताची असूया वाटत नाही व श्रीमंतांबद्दल द्वेष वाटत नाही. ज्या ज्या समाजात व देशात तिथल्या लोकांनी जीवन जगण्याचे 'आर्थिक मॉडेल' स्विकारलेले आहेत ते समाज व त्या देशातील लोक मानसिक आजारांनी पछाडलेले दिसून येतात. कारण गरजा निर्माण होणे व त्या व्यक्तीने पूर्ण करणे हे चक्र जन्मभर सुरूच राहणार आहे. अगदी मृत्यूपंथाला

लागलेल्या व्यक्तीला देखील आपल्या गरजा आपण पूर्ण करू शकलो नाही याची खंत वाटताना दिसून येते. तसेच काहीच गरजा शिल्लक न राहणे ही अवस्था देखील व्यक्तीच्या जीवनात पोकळी निर्माण करणारी ठरू शकते. व्यक्तीचे विचारचक्र सतत गरजा पूर्ण करण्याच्या दिशेने विकसित होत असते. आपल्या पाहण्यात असेही काही श्रीमंत वृद्ध येतात की, ज्यांच्या सगळ्या गरजा व्यवस्थितपणे पूर्ण झालेल्या आहेत अन् त्यामुळे नेमकं काय करावं हेच त्यांना समजत नाही. गरजा या व्यक्तींना कार्यप्रवण करण्याचं काम करतात, त्या व्यक्तीची कार्यक्षमता वाढवितात व कायम सक्रिय ठेवण्याचं काम करतात. आपण समाजात हे नेहमी पाहतो की, व्यक्ती जितकी गरीब तितकी अधिक ती कोणत्या तरी कामात गुंतलेली असते. रिकामा वेळ असणे ही गरिबांची समस्याच नाही, तर ती समाजातील श्रीमंत लोकांची अलीकडच्या काळातील महत्त्वाची समस्या बनलेली आहे.

आहे त्यात समाधान मानणे व कमीत कमी गरजा ह्या उपलब्ध साधनसामग्रीत पूर्ण करणे या दोन्ही कला महाराष्ट्रीय व्यक्तींमध्ये दिसून येतात. त्यामुळे नक्कीच व्यक्ती मानसिकदृष्ट्या सुदृढ होत जातात यात शंकाच नाही; पण हीच अवस्था व्यक्तीला गरीब राहण्यास प्रवृत्त करते. जे घडते आहे किंवा जे चाललेले आहे त्यात समाधान मानणे या भावनेमुळे व्यक्ती काम तर खूप करतात; पण त्यांचे फारसे चांगले आर्थिक परिणाम होत असताना दिसून येत नाहीत.

श्रद्धा आणि अंधश्रद्धा हा भाग धर्मातून आलेला आहे. येथे धर्माचे विश्लेषण करण्याचा उद्देश नाही; पण काही प्रमाणात धर्म समाजात आवश्यक आहे. कारण जीवन जगण्याच्या रहाटगाडग्यात व्यक्ती पिसून निघते, तिला नेमके काय करावे हे कळत नाही, आपल्या बाबतीतच अशी संकटे का येतात? इतरांच्या बाबतीत कशी येत नाहीत? सगळी पहाडासारखी दुःखे आपल्याला सहन करावी लागण्याचं कारण काय? या आणि अशासारख्या अनेक प्रश्नांची उत्तरे देण्याचे काम धर्मसंस्थेच्या द्वारे केले जाते. व्यक्तीला दुःखाच्या खाईतून काढण्याचं काम धर्म करतो, लोकांचं सामाजिक संघटन कायम टिकवून ठेवण्याबद्दल समाजात धर्म महत्त्वाची भूमिका पार पाडतो तसेच समाजातील लोकांना खऱ्या अर्थाने सामाजिक

बनवून ठेवतो तो धर्मच. या सगळ्या महत्त्वाच्या भूमिका जरी धर्म पार पाडत असला व तो मानवी समाजजीवनाच्या दृष्टीने अतिशय महत्त्वाचा असला तरी धर्मामधील काही सामाजिक तत्त्व व स्वतःच्या फायद्यासाठी धर्माचा वापर करून घेणारे लोक सर्वसामान्य व्यक्तींना वेठीला धरतात व त्यातून आधीच अस्तित्वात असलेली व्यक्तींची गरिबी जास्त फोफावताना दिसून येते.

समाजातील जवळपास ८०% व्यक्ती या जीवन जगण्याच्या संघर्षात सतत वावरत असतात. सध्याच्या काळात तर एक व्यक्ती म्हणून स्वतःच्या कुटुंबासह टिकून राहणं अवघड झालेलं आहे. व्यक्ती आणि व्यक्तींवर अवलंबून असणारे त्याचे कुटुंबीय यांच्या गरजा प्रचंड प्रमाणात वाढलेल्या आहेत. शिक्षणविषयक गरजा, पालनपोषणाच्या गरजा, आरोग्यविषयक गरजा, अति आकांक्षा व महत्त्वाकांक्षेच्या गरजा, सतत दुसऱ्या व्यक्तीशी तुलना करून आपलं राहणीमान संतुलित ठेवण्याच्या गरजा, वैवाहिक गरजा... या सगळ्या गरजांमध्ये गेल्या काही वर्षांत प्रचंड प्रमाणात वाढ झालेली आहे. कुटुंबातील जास्तीत जास्त लोकांनी घराबाहेर जाऊन काहीतरी आर्थिक कार्य केले तरच सर्वांना व्यवस्थित जगात येणे शक्य होते. आधुनिकीकरण, जागतिकीकरण व संस्कृतीकरण या विविध प्रकाराच्या प्रक्रिया समाजात चाललेल्या असतात व त्या भारतातील व्यक्तींना सगळ्या जगात काय चाललेले आहे याची ओळख करून देतात. परिणामी तुलनात्मक दृष्टीने आपण कुठे आहोत? हे व्यक्तीला समजण्यास मदत होते. जगाच्या कानाकोपऱ्यात कोठेही झालेली सुधारणा आपल्या देशात तात्काळ पोहोचतो व त्याचा लाभ आपल्याला घेता येतो. वैद्यकीय क्षेत्रातील क्रांतीबद्दल असेच सांगता येईल. मानवाचा जीव तात्काळ वाचविणारी जी जीवनावश्यक साधने व औषधे आहेत त्यांचा शोध अगोदर परदेशात लागला व त्यानंतर ती औषधे व साधने भारतात आली. कोणताही नवीन शोध हा एका ठराविक समाजाची मक्तेदारी राहिलेली नाही तर सगळ्या मानव जातीला या नवीन शोधांचा फायदा कसा मिळेल अशी व्यापक हित लक्षात घेणारी विचारसरणी जागतिकीकरणाच्या प्रक्रियेत सगळ्या जगात निर्माण होऊ घातलेली आहे व व्यापक मनुष्यहित लक्षात घेता ती योग्य आहे.

परंतु या जीवन जगण्याच्या प्रक्रियेत जेव्हा जेव्हा व्यक्ती हतबल होतात, त्यांच्यातील आत्मविश्वास कमी होतो आणि त्या जेव्हा दु:खाच्या चरणसीमेपर्यंत जाऊन पोहोचतात तेव्हा त्यांना धीर देण्याचं काम धर्मातील विचार करतात. परिणामी धर्मामुळे व्यक्तीचं सामाजिक संतुलन कायम राहावयास मदत होते. तसेच समाजातील व्यक्तींना अनौपचारीकरीत्या नियंत्रित करण्याचं कामही धर्म करतो. धर्माच्या माध्यमातून आपल्या देशात व राज्यात विविध प्रकारची समाजोपयोगी कामे चालतात. तसेच काही लोकांना रोजगारही मिळतो.

धर्मात श्रद्धा असतात. दगडालाही श्रद्धेने देवत्व येते. श्रद्धा व्यक्तींना सामाजिक बनवितात तसेच कोणत्याही प्रसंगात व्यक्तींचे मनोधैर्य ढासळणार नाही याची काळजी श्रद्धा घेतात. श्रद्धा म्हणजे असा एखादा विचार की जो पिढ्यान् पिढ्यांपासून चालत आलेला आहे व लोकांचा त्याच्यावर दृढ विश्वास आहे. कोणताही समाज किंवा समाजातील व्यक्ती नेहमीच व्यावहारिक पातळीवर जीवन जगू शकत नाही, नेहमीचं केवळ स्वत:च्या जीवनाचा विचार करू शकत नाहीत, तर काही प्रमाणात न दिसणाऱ्या अलौकिक शक्तीवरील विश्वास असणे आवश्यक असते. त्यामुळे इतर समस्यांना पायबंद घातला जातो.

परंतु सगळ्यात वाईट गोष्ट ही श्रद्धेचे रूपांतर अंधश्रद्धेमध्ये होणे ही आहे. श्रद्धा तरी काही प्रमाणात जीवनाची गाडी वेगाने चालवावयास प्रोत्साहन देतात; पण अंधश्रद्धा मात्र केवळ अज्ञानाचाच प्रसार करण्याशिवाय दुसरं काहीही करीत नाहीत.

समाजातील काही लोक सर्वसामान्य लोकांच्या मनात अंधश्रद्धा निर्माण करून स्वत: चांगल्या प्रकारचे जीवन जगतात. सारासार विचार न करता व्यक्ती अंधश्रद्धा स्विकारतात व त्यासाठी कोणतीही किंमत देण्याची त्यांची तयारी असते. आपण जेव्हा महाराष्ट्रातील लोकांच्या गरिबीच्या कारणांचा विचार करतो तेव्हा लोकांमध्ये निर्माण झालेल्या व पूर्वीपासून असलेल्या अंधश्रद्धा लोकांना गरीब बनविण्याचे काम करतात. हे सांगण्यावाचून दुसरा पर्याय नाही.

सध्या महाराष्ट्रात बुवा, महाराज यांचं प्रचंड पीक आलेलं आहे. हे बुवा किंवा महाराज स्वतःची एक आचरण पद्धती निर्माण करतात, स्वतःच्या आरत्यांची पुस्तके छापून घेतात, स्वतःचे फोटो लोकांजवळ व त्यांच्या देवघरात कसे राहतील याची काळजी घेतात. काही प्रमाणात हे महाराज हातचलाखी करून हातातून रुद्राक्ष काढणे, प्रसाद काढणे, भस्म काढणे असे किरकोळ चमत्कार दाखवितात. या महाराजांच्या भजनी लागलेल्या लोकांची आपल्या बुवा किंवा महाराजांवर प्रचंड श्रद्धा असते. त्यांच्याविरुद्ध कोणी बोललेलेही त्यांना सहन होत नाही. हे महाराज ज्या ठिकाणी वास्तव्य करतात तेथे सुरुवातीला छोटीशी खोली असते. कालांतराने लोकांच्या देणग्यांचा ओघ सुरू होतो. अनेक भक्त तिथे येऊन वास्तव्य करतात, अनेक दिवस गुरूच्या संगतीने राहतात. आपला उद्धार करणारा हा एकमेव महाराज आहे असा विश्वासही त्यांच्या मनात निर्माण झालेला असतो. सुरुवातीला छोटीशी असलेली महाराजांची असलेली छोटीशी खोली हळुहळू आश्रमाचे स्वरूप धारण करते. तिथे लोकांच्या वास्तव्यासाठी पाहिजे असलेल्या सगळ्या सुविधा हळूहळू केल्या जातात. लोक तिथे उपासनेसाठी कसे राहतील हेदेखील बघितले जाते. कोणत्याही महाराजांच्या जवळचं वर्तुळ हे त्यांच्या पट्टशिष्यांचं असतं. हे पट्टशिष्य महाराजांचे किरकोळ चमत्कार मोठे करून जनसामान्यांना सांगण्याचे काम करतात. असा तोंडी प्रचार फार लवकर होतो. सर्वसामान्य माणसं तर कोणत्या ना कोणत्या अडचणींनी सदैव पछाडलेली असतात. या महाराजांमुळे त्यांची एखादी गरज पूर्ण होईल असा त्यांना विश्वास होतो. कधी कधी योगायोगाने ही गरज पूर्ण झाली तर त्यांचा महाराजांच्या अलौकिक शक्तीवर पुन्हा गाढ विश्वास बसतो. इतका गाढ की जन्मभर त्यांच्या मनातून तो काढता येत नाही. ज्याप्रमाणे ज्योतीने ज्योत लागते त्याचप्रमाणे अंधश्रद्धेनेच अंधश्रद्धेचा प्रसार फार वेगाने होतो. ह्या महाराजांचे महाराजपण टिकविण्यावरच अनेकांचे जीवन अवलंबून असते. कारण महाराजांचा करिश्मा जोपर्यंत कायम आहे तोपर्यंतच हे जवळचे पट्टशिष्य काहीही इतर काम न करता आनंदाने जीवन जगता येईल, इतका पैसा जमा करतात. त्यांतून त्या महाराजांचा व शिष्यांचा दोघांचाही फायदा होतो.

अंधश्रद्धा फोफावणाऱ्या या महाराजांचे मोठेपण वेगवेगळ्या मार्गांनी समाजातील लोकांच्या मनावर ठसविणे चाललेले असते. त्यासाठी मासिके, विविध वाङ्मय समाजातील मान्यवरांना भक्त करून घेणे इत्यादी मार्गांचा अवलंब केला जातो. महराष्ट्रात अशी अनेक देवस्थाने आहेत की, जी अंधश्रद्धा पसरवीत नाहीत. त्यांच्याबद्दल माझ्या मनात आदर आहे. पण अलीकडच्या काळात जी महाराजगिरी वाढलेली आहे ती भयानक आहे व या महाराजगिरीचा लोकांनीच तातडीने बिमोड करणेही गरजेचे आहे. सर्वसामान्य लोक या महाराजांचे भक्त बनतात. एकदा भक्त बनल्यानंतर ते साहजिकच खालील काही गोष्टी करतात.

(१) त्या महाराजांचा फोटो देवघरात लावणे, रोज सकाळ-संध्याकाळ आरती करणे, हा फोटो पैशाच्या पाकिटातही ठेवणे. (माझ्या ओळखीच्या एका कुटुंबाने सर्व खोल्यांत चारही दिशांना त्या महाराजांचे फोटो लावले आहेत व रात्री झोपताना जो नाईट लॅम्प तयार केलेला आहे तो देखील महाराजांच्या फोटोचा वापर करून केलेला आहे.)

(२) जे जे आयुष्यात घडते त्यापैकी चांगले घडले तर, ते महाराजांच्या आशिर्वादाने घडले असे मानले जाते व काही वाईट घडले तर आपले नशीब असे समजले जाते.

(३) तो महाराज ज्या गावी राहत असेल तिथे सतत कोणत्या ना कोणत्या निमित्ताने जाणे व तिथे जाऊन राहणे.

(४) स्वत:बरोबर आपले नातेवाईक, मित्र हेदेखील त्या महाराजांचे भक्त कसे बनतील याचा प्रयत्न करणे.

(५) महाराजांच्या माध्यमातून होणाऱ्या किरकोळ गोष्टींनाही फार मोठा चमत्कार मानणे व केवळ महाराजांमुळे आपण वाचलो असे मनाला पटवून देणे.

(६) प्रसंगानुरूप विविध प्रकारच्या देणग्या देणे व घरात धार्मिक कार्य करणे.

(७) अतिशय बालीश अशा गोष्टींचा इतरांत प्रसार करणे.

(८) बुद्धी पूर्णपणे गहाण ठेवणे व निर्बुद्धाप्रमाणेच वर्तन करणे.

कोणत्याही बुवाच्या व महाराजांच्या भजनी लागणाऱ्या व्यक्तींकडून वरील

सर्व गोष्टी अटळपणे होतात व परिणामी व्यक्ती स्वतःच्या नियतकार्यापासून बाजूला पडतात व त्या कुटुंबात गरिबी यावयास सुरुवात होते. कोणत्याही कुटुंबाने त्या महाराजांचा संबंध येण्याअगोदरची आपली आर्थिक अवस्था व महाराजांच्या नादी लागल्यानंतर काही वर्षांनी झालेली आर्थिक अवस्था यांची तुलना करून बघितल्यास नक्कीच त्यांना पूर्वीपिक्षा सध्या आपली आर्थिक परिस्थिती खालावलेली आहे असे दिसेल.

याशिवाय अंधश्रद्धेत इतरही अनेक गोष्टी येतात. उदा. एखादा नवस बोलणे, तो फेडण्यासाठी ठराविक ठिकाणी जाणे, तासनृतास पूजा करीत राहणे, गरज नसताना धार्मिक ठिकाणी देणग्या देणे, पशुबळी देणे, काही खर्चिक, धार्मिक विधी एखाद्या विशिष्ट गावी जाऊन करून घेणे.

हा सगळा अंधश्रद्धेचा प्रकार महाराष्ट्रात विशेषतः महाराष्ट्रातील मध्यम वर्गीय नोकरदारांत वाढलेला आहे. परिणामी अगोदरच वेगवेगळ्या आर्थिक चिंतामध्ये जीवन जगणाऱ्या या वर्गाची अवस्था आणखी जास्त दयनीय होऊ लागलेली आहे.

परमेश्वराने सर्व व्यक्तींमध्ये सारखीच क्षमता ठेवलेली आहे. प्रत्येकाला आपल्या बुद्धीची अमर्याद वाढ करता येते. त्यामुळे जी शक्ती आपल्यात आहे त्यापेक्षा वेगळी शक्ती दुसऱ्या कोणातही असू शकत नाही. या साध्या विचारावर जर लोकांची श्रद्धा बसली तर सध्या प्रचलित असलेल्या अनेक अंधश्रद्धा व बुवाबाजी कमी व्हावयास मदत होईल.

त्या तुलनेने विचार केल्यास गरीब वर्गात मध्यमवर्गीयांच्या मानाने श्रद्धा व अंधश्रद्धा कमी असलेल्या दिसून येतात. हे वास्तव मान्य करण्यावाचून गत्यंतर नाही.

(४) व्यक्तिमत्त्वे विकासाच्या कल्पना

व्यक्तिमत्त्व ही मानवाच्या जीवनातील एक महत्त्वाची बाब आहे.. व्यक्ती काळी आहे की गोरी आहे, ती उंच आहे की बुटकी आहे, ती दिसायला सुंदर

आहे की कुरूप आहे या सगळ्या गोष्टींचा 'व्यक्तिमत्त्व' या संकल्पनेशी काहीही संबंध नाही.

तर व्यक्तिमत्त्व म्हणजे दर्जा आणि भूमिका यांच्याशी निगडित विचार करण्याची व्यक्तीची सुसंगती वृत्ती. दर्जा म्हणजे व्यक्तीला विशिष्ट वयात, विशिष्ट काळी, विशिष्ट ठिकाणी असलेले स्थान व भूमिका म्हणजे त्या स्थानाशी संबंधित सामाजिक वागणे, व्यक्तीच्या दर्जा आणि भूमिका बजावण्याच्या प्रक्रियेत संतुलन असणे फार महत्त्वाचे असते जर हे संतुलन नसेल तर व्यक्तीला व्यक्ती म्हणून जीवन जगणेही अशक्य होईल. उदाहरण द्यावयाचे असल्यास असे देता येईल की, मी माझ्या कॉलेजातील मुलांसमोर प्राध्यापक आहे, प्राध्यापक मित्रांसमोर त्यांचा मित्र आहे, प्राचार्यांसमोर सामान्य प्राध्यापक आहे, घरी पत्नीसमोर तिचा पती आहे, तर मुलींसमोर त्यांचा पिता आहे, चित्रपटगृहात गेल्यावर दर्शक आहे. हे आणि इतरही काही दर्जे मला दिवसभर प्राप्त होतात. मला या वेगवेगळ्या दर्जानुसार नेमक्या कोणत्या भूमिका पार पाडाव्यात हे समजले पाहिजे व नुसते समजून चालणार नाही तर त्याप्रमाणे मी वागले पाहिजे, अशीही समाजाची अपेक्षा आहे. जर तसे जमले नाही तर मग समस्या निर्माण होतील. म्हणजेच व्यक्ती म्हणून जर मला समाजात जीवन जगावयाचे असेल तर मला प्राध्यापकाची भूमिका, मित्राची भूमिका, पतीची व पित्याची भूमिका, सामान्य दर्शकाची भूमिका या सगळ्या भूमिका लक्षात ठेवल्या पाहिजेत व त्याप्रमाणे माझी वर्तणूक ठेवली पाहिजे हे अपेक्षित आहे. जर प्रत्येक दर्जाशी सुसंगत भूमिका व्यक्तीला पार पाडता आली तर तिचे व्यक्तिमत्त्व सुदृढ आहे असे मानावयास काहीही हरकत नाही.

समाजात सर्व व्यक्ती सारख्या नाहीत. प्रत्येक व्यक्तीमध्ये कार्यक्षमता, बुद्धीमत्ता, आकलनशक्ती, वाचाशक्ती, ग्रहणक्षमता यामध्ये भेद आहेत. म्हणून प्रत्येक व्यक्तीची चालण्या, बोलण्याची व वागण्याची पद्धती वेगळी आहे. सर्व व्यक्ती विशिष्ट वेळी, विशिष्ट संकटात व विशिष्ट प्रसंगी समान वर्तन ठेवतील अशी अपेक्षा करता येत नाही.

शिक्षण घेतलेल्या प्रत्येक व्यक्तीने आपली क्षमता व कुवत ओळखावी व त्यानुसार आपले क्षेत्र ठरवून त्या क्षेत्रात आपल्या पद्धतीने वाटचाल करावी हेच चांगल्या व्यक्तिमत्त्वाचं सार मानता येईल.

सध्या महाराष्ट्रात गावोगावी व्यक्तिमत्त्व विकासाच्या कार्यशाळा घेतल्या जातात. जीवन कसे जगावे? याविषयीची शिबिरे संपन्न होतात. व्यक्तिमत्त्व कसे फुलवावे, जीवन कसे जगावे, पैसा कसा मिळवावा याविषयीच्या वाङ्मयाची मराठी साहित्यात चलती आहे व त्यांचा खपही चांगला आहे.

मी अगोदरच सांगितल्याप्रमाणे व्यक्तिमत्त्वे विकासाची शिबिरे त्या शिबिरात येणाऱ्या सर्वांचे वर्तन समान बनवू इच्छितात. ते सर्वांना छापाचे गणपती बनविण्याचा प्रयत्न करतात. असा शिबिरांचा व्यक्तींना किंवा खास करून विद्यार्थ्यांना कधी फारसा उपयोग होत नाही तर या शिबिरात सांगितलेल्या गोष्टी लगेच विस्मरणात जातात कारण त्या मुळातच सगळे लोक समान आहेत असे अनैसर्गिक तत्त्व लक्षात घेऊनच त्या सांगितलेल्या असतात. परिणामी एखाद्या रोजगारासाठी लागणारे नेमके वर्तन व्यक्तीच्या लक्षात येत नाही. सध्या राज्यात वेगवेगळ्या क्षेत्रात जी बेकारी निर्माण झालेली आहे ती प्रामुख्याने शिक्षित व्यक्ती व्यवस्थित पद्धतीने व पाहिजे त्या पद्धतीने मुलाखतीला सामोरी जाताना दिसून येत नाही.

(५) जीवनविषयक तत्त्वज्ञान आणि वास्तव

समाजात व्यक्ती या नात्याने जीवन जगताना व्यक्तीच्या समाजाकडून काही अपेक्षा असतात. समाजाच्याही व्यक्तींकडून अपेक्षा असतात. या परस्पर अपेक्षांची पूर्तता जर एकमेकांकडून झाली तर व्यक्तीच्या गरजाही पूर्ण होतात आणि जीवन जगण्याइतपत सुबत्ता निर्माण होते आणि सहजासहजी व्यक्तीच्या आयुष्यात गरिबी येत नाही.

मनुष्य समाजात राहून विविध प्रकारच्या लोकांशी आंतरक्रिया करतो. या सगळ्या आंतरक्रिया तो समाजाचा सक्रिय सदस्य या नात्याने करतो. आंतरक्रिया करित असतानाच व्यक्तीच्या समाजातील लोकांकडून व व्यवस्थेकडून काही

अपेक्षा होतात व त्याची पूर्तता करणे व करवून घेणे हा व्यक्तीच्या जीवनाचा एक अविभाज्य भाग बनतो. श्रीमंत/मध्यमवर्गीय/गरीब/अति गरीब हे जे आर्थिक दर्जे समाजात आहेत या सर्व दर्जांमधील व्यक्तींची जीवन जगण्याची स्वत:ची स्वतंत्र पद्धत आहे. प्रत्येक गट आपली जीवनपद्धती तशीच राखण्याचा प्रयत्न करतो. व्यक्ती श्रीमंत होण्याची व गरीब होण्याची ही विविध कारणे असतात. या कारणांमुळे जी गरिबी-श्रीमंतीची अवस्था प्राप्त होते त्या अवस्थेच्या प्रमाणकांप्रमाणे जीवन जगणे व्यक्तीच्या मानसिक स्वास्थ्यासाठीही आवश्यक ठरते.

परंतु बरेचदा असे दिसते की, व्यक्तीची आर्थिक परिस्थिती व व्यक्तींच्या गरजा यांचा ताळमेळ जुळत नाही. जर व्यक्तीने नको असलेल्या व न पेलवणाऱ्या अपेक्षा जर ठेवल्या तर त्यात गैर काहीच नाही; परंतु अपेक्षा तर ठेवल्या जातात व त्यांच्या पूर्ततेसाठी जे प्रयत्न करावे लागतात ते केले जात नाहीत. तसेच बरेचदा प्रयत्न करण्याची दिशा चुकलेली असते. परिणामी प्रचंड अपेक्षा व वास्तव एकदम विरुद्ध अशी अवस्था येते. प्रत्येक वेळी अपेक्षाभंग होतो व याचा परिणाम व्यक्ती समाजात एक सामान्य व्यक्ती म्हणूनही जगण्याच्या क्षमतेची राहत नाही. आपण काय करू शकतो? व आपण काय करू शकत नाही? याविषयीचे वास्तव जर व्यक्तीने स्वीकारले तर निदान किमान अपेक्षा राहतील पण त्या पूर्ण न झाल्याचे दु:ख निर्माण होणार नाही.

मनुष्य हा पशुपक्ष्यांप्रमाणे केवळ मरण येत नाही म्हणून जीवन जगणारा प्राणी नाही तर मानव हा सामाजिक प्राणी आहे. समाजशास्त्रातील सर्वच विचारवंतांनी 'man is a social animal' हे सूत्र मान्य केलेलं आहे. काही विशिष्ट उद्देश मनात धरून व्यक्ती क्रिया करतात, एकमेकांच्या जवळ येतात, एकमेकांबरोबर सामाजिक संबंध ठेवतात. जीवन जगण्याच्या प्रक्रियेत व्यक्तीच्या जीवनाकडून अपेक्षा वाढत जातात; पण वर्तमानस्थिती जर त्या वाढलेल्या अपेक्षा पूर्ण करणारी नसेल तर जी स्थिती आहे ती व्यक्तीने स्वीकारण्याशिवाय व्यक्तीला पर्याय नसतो; परंतु वास्तविकता नाकारणे, मोठेपणा मिरविणे, नको त्या ठिकाणी स्वप्रतिष्ठा सांभाळण्यासाठी खर्च करणे, घर व शेती गहाण ठेवणे, वेगवेगळ्या पतपेढ्या व

बँका यांच्या माध्यमातून कर्जे काढणे व सतत ती कर्जे फेडण्याच्या काळजीत जीवन जगणे याही बाबींमुळे व्यक्तीच्या गरिबीत वाढ होत जाते व मानसिक धैर्य संपुष्टात येते.

(६) मध्यमवर्गीय व गरिबी

अति अपेक्षा व त्या पूर्ण होण्यासारखी कोणतीही परिस्थिती नसणे या अवस्थेत भरडलेला वर्ग म्हणजे मध्यमवर्गीय. किरकोळ रोजगार करणारे, छोटे व्यापारी, नोकरदार यांचा वर्ग प्रामुख्याने मध्यमवर्गीय लोकांचा म्हणून मानला जातो. १९९० नंतरची स्थिती जर बघितली तर भारतीय मध्यमवर्गीयांवर जागतिकीकरण व उदारीकरणाचा सगळ्यात जास्त परिणाम झालेला दिसून येतो. या काळात बँकांचे मध्यमवर्गीयांशी अधिक घट्ट नाते झाले. महाराष्ट्रात गावोगावी पतसंस्था निघू लागल्या. दुकानातील ज्या वस्तू मध्यमवर्गीय केवळ रस्त्यावरून बघत असत त्या वस्तू वेगवेगळ्या कर्जांच्या उपलब्धतेमुळे त्यांच्या घरात येऊ लागल्या. सुरुवातीला चैनीच्या वाटणाऱ्या या वस्तू कालांतराने जीवनाचाच एक भाग बनून गेल्या. दरमहा नियमित मिळणारा पगार एवढे एकच उत्पन्नाचे साधन व वेगवेगळ्या घटकांसाठी काढलेल्या कर्जाचे डोंगराएवढे हप्ते व ते हप्ते ठराविक तारखेपर्यंत भरण्याचे बंधन, यामुळे सध्या मध्यमवर्गीयांच्या डोळ्यासमोर अंधारी येते आहे. सुरुवातीला एखादी वस्तू विकत घेण्यासाठी कर्ज मिळते हीच नवलाईची बाब होती. त्या उत्साहात व आवेगात ती कर्जे काढली गेली; पण नंतरच्या काळात ती फेडण्यात सगळे आयुष्य चालले आहे, असे मध्यमवर्गीय महाराष्ट्रात फार मोठ्या प्रमाणावर आहेत. चार चाकी गाडी, दुचाकी, टी.व्ही., होम थिएटर, घर, दुकान या सर्व बाबींसाठी घेतलेल्या कर्जाच्या हप्त्यांचे ओझे या वर्गाला पेलवेनासे झालेले आहे; पण पेलविल्याशिवाय दुसरा कोणताही इलाज नाही अशी अवस्था झाल्यामुळे कायम आर्थिक विचार राहणारा वर्ग म्हणजे मध्यमवर्गीय नोकरदारांचा वर्ग अशी व्याख्या केली तर ती अतिशयोक्ती ठरू नये.

पूर्वी सेवानिवृत्त झाल्यानंतर पैसा उरला तरच स्वत:चे घर बांधण्याची

प्रवृत्ती होती. सध्या कर्जाच्या वेगवेगळ्या योजनांमुळे व त्याला असलेल्या सरकारी पातळीवरच्या उत्तेजनामुळे नोकरी लागल्यानंतर सुरुवातीच्या पाच वर्षांतच स्वत:चे घर, फ्लॅट घेतले जातात व प्रचंड खर्चाचा बोजा वागवीत जन्मभर हप्ते फेडण्याचे प्रकार चाललेले असतात. त्यातही अनेक प्रकारच्या नोकऱ्यांमध्ये पगार वेळेवर होत नाहीत. त्यामुळे पगारदारांना सावकारांचेही उंबरठे झिजवावे लागतात. स्वत:चे जीवन कसे चालेल यापेक्षाही वेळेवर हप्ते कसे भरले जातील याचा ताण त्यांच्या डोक्यावर मोठ्या प्रमाणावर असलेला दिसून येतो.

कोठून जास्त पैसा मिळेल ? या विवंचनेत नेहमी मध्यमवर्गीय लोकांचा वर्ग असतो. त्यासाठी लॉटरीची तिकीटे विकत घेणे, ऑनलाईन लॉटरी खेळणे, कधी कधी सट्टा लावणे, शर्यती लावणे हे प्रकारही मध्यमवर्गीयांमध्ये लोकप्रिय झालेले दिसून येतात. सात-आठ वर्षांपूर्वी महाराष्ट्रात पतपेढ्या निर्माण होण्याची लाट आली. पतपेढ्यांना बँकांचे कोणतेही संरक्षण नसते व ठेवीदारांनाही ते नसते. ठेवीदारांनी पतपेढ्यांमध्ये आपल्या जबाबदारीवर पैसा ठेवणे अपेक्षित असते. पतसंस्थांच्या संचालकांनी जास्त व्याजदराची आमिषे दाखवून तसेच ठेवी ठेवल्यास काही भेटवस्तू देण्याचे आमिषे दाखवून पैसा जमा केला. मध्यमवर्गीयांनी जास्त मिळणाऱ्या व्याजदराला भुलून ते पैसे ठेवले. कालांतराने संस्थाचालकांच्या पतसंस्था बुडाल्या. यात प्रामुख्याने मध्यमवर्गीय नोकरदारांचे पैसे अडकलेले दिसून येतात. जळगाव जिल्ह्यात अशा आजारी पतसंस्थांचे प्रमाण प्रचंड आहे. परिणामी मध्यमवर्गीय ठेवीदारांवर डोक्याला हात लावण्याशिवाय दुसरे काहीही न करता येण्याची स्थिती निर्माण झालेली आहे.

प्रामुख्याने पतपेढ्यांच्या चालकांनी मध्यमवर्गीयांच्या मानसिकतेचा व्यवस्थित फायदा घेतल्याचे हे चित्र आहे. सध्या या ठेवीदारांना कडवा संघर्ष करूनही आपले पैसे मिळण्याची शाश्वती राहिलेली नाही. त्यातून अनेकांना अनेक समस्या त्यातून निर्माण झालेल्या आहेत. कित्येकांच्या मुला-मुलींची लग्ने पैशाअभावी होऊ शकलेली नाहीत, कित्येक मानसिकदृष्ट्या पूर्णपणे खचलेले आहेत तर, काहींचे मृत्यूचे या धसक्याने झालेले आहेत.

जळगाव जिल्ह्यातील मध्यमवर्गीयांच्या गरिबीचा विचार केल्यास बुडलेल्या पतसंस्था हे प्रमुख कारण सांगावे लागेल. याशिवाय मध्यमवर्गीयांच्या गरिबीची पुढील काही कारणेही सांगता येतील.

(१) स्वत:च्या क्षमतेपेक्षा जास्त खर्च करणे.

(२) वेगवेगळी कर्जे काढणे व कर्जबाजारी जीवन जगणे.

(३) सामाजिक प्रतिष्ठा महत्त्वाची मानणे व पैशाचे सोंग आणणे शक्य नाही याचा विचार न करणे.

(४) मुला-मुलींच्या विवाहात प्रचंड खर्च करणे.

(५) यात्रा-तीर्थयात्रा करणे.

(६) धार्मिक कारणांसाठी खर्च करणे.

(७) तुलनात्मक विचार करणे

महाराष्ट्रातील सर्व स्तरातील लोकांमध्ये सध्या जी गरिबीची अवस्था आहे त्यामागे नेहमी तुलनात्मक विचार करणे हे महत्त्वाचे कारण आहे. मुळात व्यक्तीने स्वत:ला गरीब किंवा श्रीमंत समजणे ही बाब तुलनात्मकच आहे. प्रसारमाध्यमांच्या मोठ्या प्रमाणावरील प्रसारामुळे जग आता एकमेकांच्या फार जवळ आलेले आहे. घरबसल्या सगळी माहिती मिळण्याची त्यामुळे सोय झालेली आहे. वेगवेगळ्या वैज्ञानिक सुविधा, जगण्याची अत्याधुनिक साधने आपणाकडे असावीत असे व्यक्तींना स्वाभाविकपणे वाटते. परिणामी व्यक्ती स्वत:च्या वर्तमान परिस्थितीची तुलना आपल्याच दर्जाच्या इतर व्यक्तीशी करताना आढळतात. दोन समान व्यावसायिक परस्पर तुलना करताना दिसतात, तर एकाच नोकरीतील लोकांना एकमेकांच्या जीवनाबद्दल वैयक्तिक माहिती घेणे आवडते. या तुलनात्मक घटकांचा सहभागही मोठ्या प्रमाणात गरिबी वाढविण्यामध्ये होतो.

तुलना करणे हा व्यक्तींच्या स्वभावाचा एक भाग आहे. आपली तुलना इतरांशी केल्यामुळे बरेचदा व्यक्तीला प्रगतीही साधता येते. जीवनात इतर लोकांच्या तुलनेने आपण किती मागे आहोत किंवा पुढे आहोत याचा अंतर्मुख होऊन विचार

करता येतो व स्वत:च्या विकासासाठी स्वत:मध्ये काही बदल घडविता येणे शक्य होते.

परंतु केवळ तुलना करून पाहणे म्हणजे विकास नव्हे. स्वत:च्या परिस्थितीत बदल घडवून आणण्याची क्षमता जर व्यक्तीमध्ये नसेल तर अशा प्रकारच्या तुलनांनी व्यक्ती दिग्मुढ बनेल व तिची कार्यक्षमता कमी होईल. परिणामी गरिबीत वाढ व्हावयास सुरुवात होईल.

शहरी समाजात व्यक्ती-व्यक्तींचे परस्परसंबंध हे दुय्यम असतात ते केवळ गरजांवर आधारित असतात. व्यक्तींजवळ वेळ कमी असल्यामुळे व व्यक्ती स्वत:च्या जीवनचक्रात मग्न असल्यामुळे शक्यतो इतरांचे काय चाललेले आहे याचा विचार त्या करीत नाहीत. याशिवाय इतरांच्या व्यवहारात नाक खुपसणे शहरी सामाजात शिष्टसंमत समजले जात नाही. परंतु ग्रामीण भागात मात्र प्रत्येक ठिकाणी अशी तुलना केली जाते व गरिबीला पाचारण केले जाते. स्वत:ची प्रतिष्ठा सांभाळण्यासाठी दुसऱ्यापेक्षा जास्त हुंडा देणे, विविध बाबींवर खर्च करणे, सगळ्या प्रथा-परंपरा व्यवस्थित पाळणे यामुळेही ग्रामीण समाजात गरिबी आलेली दिसून येते.

(८) मानसिक कारण

व्यक्ती मानसिकदृष्ट्या वैफल्यग्रस्त असतील तर त्या नेहमीची कामेदेखील व्यवस्थित पद्धतीने पार पाडू शकत नाही. त्यांच्यात कायम संशयीवृत्ती वाढीला लागलेली दिसून येते. स्वत:च्या परिस्थितीपेक्षा जे लोक दुसऱ्याच्या जीवनाचा विचार जास्त प्रमाणात करतात ते वास्तविक त्यासाठी आपला मोठा वेळ खर्च करतात. परिणामी त्यातून काहीही साध्य होत नाही. मानसिक कारणात व्यक्तीची मनोभूमिका कशी आहे ही बाब महत्त्वाची ठरते. निमूटपणे स्वीकारलेली असेल तरीही प्राप्त परिस्थिती बदलण्यासाठी व्यक्ती कोणताही प्रयत्न करताना दिसणार नाहीत. व्यक्ती जर सामाजिक परिस्थितीशी जुळवून घेणाऱ्या असतील तर त्यांचा विकास जलद होतो; पण त्या जर असहिष्णु, हेकेखोर व गर्विष्ठ असतील तर त्यांचा आर्थिक विकास जलद गतीने होत नाही. महाराष्ट्रातील बहुतेक सर्व शहरांचा

आढावा घेतला, महत्त्वाच्या शहरातून फेरफटका मारला, तर एक महत्त्वाची बाब दिसून येते ती म्हणजे कपड्यांचा व्यापार प्रामुख्याने सिंधी लोकांच्या ताब्यात आहे, किराणा दुकानदारी व धान्य व्यापारी हे राजस्थानातून आलेले आहे, सोनेचांदीच्या व्यापारातही गुजरात, राजस्थानमधून आलेले लोक आहेत तर संध्याकाळी शहरातील मोक्याच्या ठिकाणी भेळीची गाडी लावणारे लोक उत्तर प्रदेशातील आहेत. या ठिकाणी महाराष्ट्रीयन व बिगर महाराष्ट्रीयन असा भेद मला करावयाचा नाही तर महाराष्ट्रातील लोकांच्या मानसिकतेचे चित्र त्यातून स्पष्ट करून दाखवायचे आहे. आर्थिक दर्जा सुधारण्यासाठी विशिष्ट अशी मानसिक अवस्था लागते. कोणतेही काम करण्याची तयारी हवी, कोणतेही काम कमी महत्त्वाचे आहे असे मानणे, प्रतिष्ठा वगैरे गोष्टी बाजूला ठेवणे, फक्त स्वत:च्या आर्थिक प्रगतीकडे लक्ष देणे, इतरांची जास्त चर्चा न करणे, स्वत:च्या व्यवसाय व रोजगाराच्या संदर्भात समाजातील इतर घटकांशी मुद्दाम सबंध निर्माण करणे व ते वाढविणे या सर्व गोष्टी व्यक्तीने करणे आवश्यक आहे; पण वरील सर्व गोष्टी करण्याचा महाराष्ट्रीयांचा स्वभाव नसल्यामुळे आर्थिक पिछेहाट होण्याला या बाबी कारणीभूत ठरलेल्या दिसून येतात.

आतापर्यंत महाराष्ट्रातील गरिबीची विविध प्रकारची कारणे आपण तपासून पाहिली. ही सर्व कारणे देशव्यापी असली तरी महाराष्ट्रामध्ये त्यांचा प्रभाव जास्त आहे असे म्हणावे लागेल. या ठळक कारणांव्यतिरिक्त आळशी वृत्ती, वाढती लोकसंख्या, वृद्धावस्था अशी इतर अनेक कारणे राज्यातील गरिबीला येण्याला कारणीभूत आहेत असे दिसते.

□□□

महाराष्ट्रातील गरिबीचे प्रमुख निदर्शक

दृश्य गरीब कोण ? आणि अदृश्य गरीब कोण ? यांचा विचारही गरिबीच्या संदर्भात करावा लागेल. ज्यांची गरिबी त्यांच्या अवस्थेतून दिसून येते. त्यांना दृश्य गरीब तर ज्यांची गरिबी अस्तित्वात असते; पण प्रथमदर्शनी दिसून येत नाही त्यांना अदृश्य गरीब म्हणावे लागेल.

झोपडपट्ट्यांमधून राहणारे लोक, भंगार विकणारे व गोळा करणारे लोक, भिकारी, विविध प्रकारच्या देणग्या मागणारे, रस्त्यावर ओरडून वस्तू विकणारे, किरकोळ वस्तूंची विक्री करणारी लहान मुले, हॉटेलात काम करणारी मुले, गॅरेजमध्ये काम करणारे भंगार बाजारातील व्यक्ती, धान्य बाजारातील हमाल, दिवसभर हातगाडीवर वस्तू इकडून तिकडे पोहोचविणारे हातगाडी मजूर, गवंडी

व प्लंबर यांच्या हाताखाली काम करणारे मजूर, मजुरी मिळेल या अपेक्षेने गावातील एखाद्या ठरलेल्या ठिकाणी सकाळी ७ ते ९ या काळात जमलेला मजुरांचा जथ्था, लोकांची झोपमोड करून आपल्या उत्पादनाचे फायदे त्यांना पटवून सांगून घसाफोड करणारे फिरस्ते विक्रेते, त्रितारांकित व पंचतारांकित हॉटेलमध्ये रात्री ११ ते १२ या काळात उर्वरित अन्न वाटून देतात ते घेण्यासाठी जमा होणारे लोक, काहीही काम नसल्यामुळे सुन्न होऊन एकाच जागी दिवस दिवस बसून राहणारे लोक या सर्वांची गरिबी ही दृश्य गरिबी आहे. ती आपण समाजात राहणारे लोक प्रत्यक्ष डोळ्यांनी पाहू शकतो, तर कर्जबाजारी लोक, नोकरदार, पुढच्या काळात पैसा न मिळाला तर काय करावे? या काळजीत बसलेले लोक, उदासीनता आलेले लोक, जीवन जगण्याचा कोणताही उत्साह नसलेले लोक, वृद्धाश्रमातील वृद्ध, मुलीच्या लग्नाच्या विचारात गुंग झालेला बाप, लग्न झाल्यानंतर कर्जे कशी फेडायची या काळजीने त्रस्त लोक, शिक्षण घेऊन आपल्या पिशवीत कायम सगळी सर्टिफिकेट्स बाळगणारे बेकार तरुण, एखाद्या कारखान्याच्या गेटवर नोकरीसाठी जमा होणारे बेकार तरुण, ग्रामीण समाजात शेतीवर काम न मिळालेले शेतमजूर, घरकाम करणारे मुलं आणि मुली यांच्यातील गरिबी ही अदृश्य आहे किंवा न दिसणारी आहे.

वर्गाच्या संदर्भात विचार केल्यास मध्यमवर्गीयात आलेल्या किंवा असलेल्या बेकारीची कारणे वेगळी आहेत तर किमान निर्वाह पातळीवरच्या ज्यांच्या गरजा कशाबशा पूर्ण होतात, त्यांच्यात येणाऱ्या गरिबींची कारणे वेगळी आहे. तसेच श्रीमंत कुटुंबात देखील गरिबी येऊ शकते; पण त्यासाठी त्यांची अवस्था एकदम विरुद्ध झाली तरच त्यांना आर्थिक दुरावस्थेचा सामना करावा लागतो.

मध्यमवर्गीयांत खालील कारणांनी गरिबीचा प्रवेश होऊ शकतो.

   (१)   कारखान्यात मंदी आल्यास,

   (२)   जे काम आहे ते काम कमी किंवा बंद झाल्यास,

(३)   सेवानिवृत्त झाल्यानंतर,

(४)   मुलामुलींच्या शिक्षणानंतर व विवाहानंतर,

(५)   व्यसनाधिनतेमुळे ज्यांचा खर्च त्यावर जास्त झालेला आहे,

(६)   विविध परंपरांच्या पालनामुळे,

(७)   धार्मिकतेच्या अति आहारी गेल्यामुळे,

(८)   क्षमतेपेक्षा अधिक कर्जे काढल्यामुळे व ते न फेडता आल्यामुळे,

(९)   ठेवलेली बचत चोरीला गेल्यामुळे किंवा बुडाल्यामुळे,

(१०)   शारीरिक अपंगत्व व मानसिक अपंगत्व आल्यामुळे,

(११)   व्यक्ती अति-आजारी झाल्यास, काहीच काम न करू शकल्यामुळे,

(१२)   ज्यांच्याकडून पैसे मिळण्याची अपेक्षा आहे त्यांच्याकडून ते न
         मिळाल्यास,

(१३)   अपघात व आजार यासाठी जास्त प्रमाणात खर्च झाल्यामुळे.

तसेच जे पूर्वीच गरीब आहेत त्यांच्यात देखील वरील कारणांमुळे अधिक गरिबी येऊ शकण्याचा धोका निर्माण होतो.

समाजानुसार गरिबी

समाजशास्त्रात समाजाचे प्रामुख्याने असे तीन प्रकार पाडले जातात.

(१) आदिवासी समाज (Trible Society)

(२) शहरी समाज (Urban Society)

(३) ग्रामीण समाज (Rural Society)

महाराष्ट्राचा विचार केल्यास या राज्यात हे तिन्ही समाज अस्तित्वात आहेत. साधारणपणे महाराष्ट्राची लोकसंख्या साधारणपणे १० कोटींच्या आसपास मानली तर १०% लोकसंख्या म्हणजे १ कोटी लोक या राज्यात आदिवासी आहेत. ७०% म्हणजे ७ कोटी लोक हे ग्रामीण भागात राहणारे, तर उर्वरित

२०% म्हणजे २ कोटी लोक हे पूर्णपणे शहरी समाजात राहणारे आहेत. दळणवळणाच्या व रस्त्याच्या सोयी आणि प्रसारमाध्यमांमुळे या सर्व समाजातील अंतर कमी झालेलं असलं व यांच्यात परस्पर आदानप्रदान सहजशक्य झालेलं असलं तरी काही मूलभूत घटकांच्या बाबतीत हे तिन्ही समाज एकमेकांच्या पासून स्पष्टपणे वेगळे दिसून येतात.

ज्या समाजात औद्योगिकीकरण झालेले आहे व रोजगाराच्या विविध साधनांची निर्मिती झालेली आहे. तसेच ज्या समाजात व्यक्तींच्या गरजा मोठ्या प्रमाणात वाढलेल्या आहेत, एवढेच नव्हे तर, त्या गरजा पूर्ण करण्याची विविध साधने ज्या समाजात निर्माण झालेली आहेत. तसेच शिक्षणसंस्था ज्या समाजाला व्यापून राहिलेल्या आहेत त्या समाजाला शहरी समाज असे म्हणतात. शहरी समाजाची व्याख्या करताना क्लाईड मिचेल यांनी म्हटलेले आहे की, 'ज्यावेळी मोठ्या संख्येने लोक खेड्याकडून शहराकडे येतात, शेतीचा व्यवसाय सोडून यंत्रउत्पादनाचा स्वीकार करतात, आपल्या सवयी बदलतात आणि अनुषंगाने आपली राहणी बदलण्यास सुरुवात करतात त्यावेळी शहरीकरणाची प्रक्रिया निर्माण होते. शहरीकरणाची प्रक्रिया ही दीर्घकाळ चालणारी प्रक्रिया आहे. ही एक प्रकारे सामजिक क्रांती आहे. या क्रांतीमुळे पारंपारिक आणि कृषीप्रधान समाजाचे रूप आमूलाग्र पालटते. तांत्रिक शक्तीवर आधारलेले समृद्ध आर्थिक जीवन निर्माण होते आणि व्यक्ती व्यक्तीतील संबंध हे औपचारिक आणि व्यावहारिक होतात.

ग्रामीण समाजाबद्दल बोलताना असे म्हणता येईल की, ह्या समाजात प्रमुख व्यवसाय शेती असतो. त्यांचे विचारही शेतीशी संबंधित असतात. खेडणे म्हणजे जमीन कसणे व खेडूत म्हणजे जमीन कसणारा. त्यामुळे ज्या समाजात खेडूत अधिक प्रमाणात राहतात ते खेडे किंवा ग्रामीण समाज.

आदिवासी समाजाची व्याख्या करताना डॉ. डी. एन. मुजुमदार यांनी असे म्हटले आहे की, आदिवासी म्हणजे समान नाव धारण करणाऱ्या, एका विशिष्ट भू-प्रदेशावर निवास करणाऱ्या, एकाच प्रकारची भाषा बोलणाऱ्या तसेच

विवाह व व्यवसाय या बाबतीत समान नियमांचे पालन करणाऱ्या आणि ठराविक संस्कृती जोपासणाऱ्या लोकांचा समुदाय.

शहरी समुदायातील गरिबी

महाराष्ट्रातील या तिन्ही समुदायातील गरिबीबद्दल बोलताना असे दिसून येते की, शहरी समुदायातील गरिबी ही दृश्य स्वरूपातील गरिबी आहे, शहरी समुदायात गेल्या १०० वर्षांपासून ग्रामीण भागातून स्थलांतर करून येणाऱ्या लोकांचा वेग मोठ्या प्रमाणावर वाढलेला आहे. शहरी समाजात व्यक्तींच्या विकासाची साधने मोठ्या प्रमाणावर असतात. व्यक्तीला आपल्या बुद्धिमत्तेच्या व कार्यक्षमतेच्या जोरावर स्वतःचा विकास करून घेण्याला वाव असतो. शिक्षणाच्या सोयी असतात तसेच रोजगार बदलण्याची सोय असते. शहरात असलेली प्रत्येक व्यक्ती काही ना काही तरी आर्थिक कार्य करते म्हणून स्वतःच्या निर्वाहविषयक गरजा पूर्ण करू शकते. शहरात व्यक्तीला श्रीमंत बनण्याचेही स्वातंत्र्य आहे व गरीब राहण्याचेही स्वातंत्र्य आहे.

महाराष्ट्रात १९व्या शतकाच्या शेवटी खऱ्या अर्थाने औद्योगिकीकरणाला सुरुवात झाली व २०व्या शतकात औद्योगिकीकरणाची गती वाढली. परिणामी जेथे वीज, वाफ, योग्य जागा, मनुष्यबळ इत्यादी गोष्टी आहेत तिथे कारखाने निर्माण झाले. १९व्या शतकाच्या सुरुवातीपासूनच कारखान्यात काम करण्यासाठी म्हणून मोठ्या प्रमाणावर ग्रामीण समाजातून शहरी समुदायाकडे लोकांचे स्थलांतर सुरू झाले. ही स्थलांतराची प्रक्रिया आजही सुरू आहे. औद्योगिकीकरणामुळे मोठ्या प्रमाणात उत्पादन होते व वाढत्या लोकसंख्येच्या गरजा पूर्ण होतात, सगळ्या मोठ्या शहरांमध्ये औद्योगिक वसाहती निर्माण झालेल्या दिसून येतात, मुंबई, पुणे, नागपूर, नाशिक, औरंगाबाद व सोलापूर ही राज्यातील मोठी औद्योगिक वसाहती असलेली केंद्रे आहेत. वेगवेगळ्या आकर्षणामुळे ग्रामीण समाजातील लोक शहरी समुदायाकडे आकृष्ट झाले व मिळेल तो रोजगार करून उदरनिर्वाह करू लागले. त्यांच्या निवाऱ्याची समस्या निर्माण झाली व शहरी

समुदायात झोपडपट्ट्या निर्माण झाल्या. सुरुवातीच्या काळात शहरातील उद्योजकांनी कामगारांचे आर्थिक शोषण केले. त्यांच्याकडून जास्तीत जास्त काम करवून घेतलं व त्या कामाचा कमीत कमी मोबदला त्यांना दिला. सध्याच्या काळात विविध प्रकारचे कामगार कायदे अस्तित्वात आलेले आहेत. त्यातून कामगारांच्या वेतनात बऱ्याच प्रमाणात वाढ झालेली असली तरीकेवळ संघटित क्षेत्रातील कामगारांनाच त्याचा फायदा मिळालेला दिसून येतो; परंतु असंघटित असलेले बरेच कामगार अतिशय हलाखीचे जीवन जगताना दिसून येतात. जे कामगार संघटित आहेत त्यांच्या वेतनाची जरी शाश्वती असली तरी बाजारातील तेजी-मंदीचा परिणाम उत्पादन वाढविण्यावर व घटविण्यावर होतो. बरेचदा याच कारणामुळे कामगार कमी केले जातात. सध्याच्या मंदीच्या काळात बऱ्याच कारखान्यात २० ते २५ वर्षे काम करणाऱ्यांना कामावरून कमी करण्यात आलेले आहे. त्यामुळे त्यांच्यासमोर जीवन कसे जगावे? हाच बिकट प्रश्न निर्माण झालेला आहे. ठराविक वेतन मिळत असल्यामुळे तेवढ्या पगारात जीवन जगण्याची सवय असलेल्या कामगारांचे कामावरून कमी केल्यानंतर फार हाल होतात शिवाय एकच एक काम बरीच वर्षे केल्यामुळे त्या कामाशिवाय दुसरे कोणतेही काम जमत नाही अशीही अवस्था निर्माण होते. परिणामी शहरी समाजातील कामगारांच्या गरिबीत भरच पडत चाललेली दिसून येते. कामगारांच्या या गरिबीला उद्योजकही जबाबदार नसतात, तर वर्तमान परिस्थिती जबाबदार असलेली दिसून येते.

याशिवाय कामगारांना कितीही वेतन मिळाले तरी त्याचा विनियोग जीवन जगण्याची विविध साधने मिळविण्यासाठी केला जातो. काही प्रमाणात बचत केली जाते; पण ती जास्त प्रमाणात नसते तर उत्पन्नातील बहुतांशी भाग हा दैनंदिन गरजा भागविण्यातच संपतो व अशा स्थितीत काही अघटित घडलं उदा. अचानक अपघात झाला व तो कामगार काम करण्याच्या लायक राहिला नाही, कारखान्याला टाळेबंदी लागली, व्यवस्थापनाचं धोरण बदललं, काम बदललेलं ठिकाण मानवलं नाही, नवीन तंत्रज्ञान आत्मसात करता आलं नाही, तर या

आणि अशा अनेक कारणांमुळे जर कामगारांना अचानक नोकरी किंवा रोजगार गमवावा लागला तर त्यापुढच्या आयुष्यात झपाट्याने गरिबी येते. त्यानंतर केवळ जिवंत राहणे व जिवंत राहण्यासाठी जे जे शक्य आहे ते ते सगळे करणे एवढ्याच गोष्टी जीवनात शिल्लक राहतात. आणखी एक महत्त्वाचा मुद्दा या ठिकाणी सांगावा लागेल अन् तो म्हणजे वेळे अभावी किंवा वैचारिक जागृती अभावी कामगारांकडून त्यांच्या मुला-मुलींच्या विकासाकडे फारसे लक्ष दिले जात नाही. मुलांचं शिक्षण, त्यांचे मित्र, त्यांचं दिवसेंदिवस घराबाहेर राहणं याकडे सहजगत्या दुर्लक्ष केले जाते. परिणामी ही मुले शिक्षण व समाजाच्या मुख्य प्रवाहापासून बाहेर फेकली जातात व पुढच्या काळात सामाजिक संघर्षाला तोंड देऊ शकत नाही. कामगारांच्या पुढच्या पिढीने फार मोठी आर्थिक प्रगती केल्याची उदाहरणे क्वचितच बघावयास मिळतात. याउलट कामगारांची पुढची पिढीही कामगारच बनून अधिक हलाखीचे व अनिश्चित जीवन जगताना दिसून येते.

व्यक्ती कोणत्या परिसरात जीवन जगते यावरही त्या व्यक्तीची आर्थिक प्रगती होणे किंवा न होणे ही गोष्ट अवलंबून असते. कामगार, हातगाडीवाले, मापाडी, हमाल दिवसभर शहरात जाऊन किरकोळ वस्तूंची विक्री करणारे लोक, कनिष्ठ प्रतीच्या नोकऱ्या करणारे लोक यांचे मुख्य राहण्याचे ठिकाण म्हणजे झोपडपट्टी असते. झोपडपट्टीतील गरिबी तर शहरी समाजात सहजगत्या दिसून येते.

झोपडपट्ट्या

नगरनियोजनाअभावी व राहत्या जागेची समस्या सोडविण्यासाठी सर्व शहरांमध्ये आज अनधिकृत झोपडपट्ट्या निर्माण झालेल्या दिसून येतात. महाराष्ट्रातील एकही मोठे शहर झोपडपट्टीच्या विळख्यातून सुटलेले नाही. औद्योगिकीकरणामुळे स्थलांतर, स्थलांतरामुळे शहरीकरण व शहरीकरणामुळे झोपडपट्ट्या हे चक्रच निर्माण झालेले आहे. झोपडपट्ट्या त्या अतिक्रमणांतून

निर्माण झालेल्या असतात. त्या शहरी समाजात कोठेही असू शकतात; पण प्रामुख्याने रोजगारीची साधने जवळ असलेल्या भागात झोपडपट्ट्यांचे जाळे सर्वदूर विणलेले दिसून येते. शहरे जितकी लोकसंख्येने मोठी तेवढी त्या शहरांमध्ये झोपडपट्ट्यांची समस्या तीव्रपणे निर्माण झालेली दिसून येते. जागोजागी निर्माण झालेल्या या समस्येला आवर कसा घालावा हा यक्षप्रश्न नागरीकरणाच्या प्रक्रियेत निर्माण झालेला दिसून येतो.

ज्या परिसरातील घरे राहण्यास निकृष्ट, अपुरी, आरोग्यास घातक असतात. कोणत्याही प्रकारची सुरक्षितता नसते, सर्वत्र गलिच्छपणा असतो, सांडपाण्याची व आरोग्याची कोणतीही काळजी जेथे घेतली जात नाही व जेथील घरे किंवा झोपड्या अतिशय दाटीवाटीत वसवलेल्या असतात अशा ठिकाणांना झोपडपट्ट्या म्हणता येईल.

समाजामध्ये झोपडपट्ट्यांचे निरीक्षण करून त्याविषयी पुढील काही पैलू सांगितलेले आहेत.

    (१) अति गरिबी

    (२) निकृष्ट दर्जाची गृहरचना

    (३) गर्दी

(४) कनिष्ठ दर्जाच्या लोकांचे एकत्रीकरण

(५) शिक्षण व राहणीमानाचा अभाव

(६) निकृष्ट प्रतिचे आरोग्यमान

(७) गुन्हेगारी व बालगुन्हेगारी

(८) नैतिकतेच्या वेगळ्या कल्पना

(९) भाषिक प्रश्न इत्यादी.

सर्व बाबी झोपडपट्ट्यात एकवटलेल्या दिसून येतात. झोपडपट्ट्यांची पार्श्वभूमी शोधताना असे सांगावे लागले की, औद्योगिकीकरणामुळे नवीन व्यवसायक्षेत्रे उपलब्ध झाली. या व्यवसायक्षेत्रात काम करण्यासाठी मजुरांची आवश्यकता भासू लागली. ही आवश्यकता पूर्ण करण्यासाठी खेड्यातील समाजजीवनाला कंटाळलेला समुदाय शहरांकडे स्थलांतरित झाला. प्रत्येक व्यक्तीला शहरात रोजगार मिळेल अशी आशा निर्माण झाली व ही आशा बऱ्याच प्रमाणात पूर्णही झाली. गतिमान शहरी समाजात सतत कोणत्या तरी प्रकारची कामे चाललेली असतात. ही कामे अंगमेहनतीची व कष्टाची असतात. जीवन जगण्यासाठी खेड्यातून शहरात आलेले लोक अशा कामांकडे त्वरित आकर्षिले जातात; परंतु प्रश्न उरतो तो असा की, रोजगार तर मिळाला; परंतु राहण्याच्या व्यवस्थेचे काय? मनुष्याच्या अन्न व वस्त्राचा प्रश्न सुटायला शहरात वेळ लागत नाही. पण तिसरी महत्त्वाची प्राथमिक गरज निवाऱ्याची आहे. संपूर्ण जीवनच शहरात काढावयाचे स्वप्न घेऊन आलेल्या लोकांना दाटीवाटीने झोपडपट्ट्यांचा आसरा घेण्यावाचून दुसरा पर्याय राहत नाही.

शहरी जीवन हे अतिशय महागडे जीवन आहे. व्यक्तींची बहुतांशी कमाई कपडे व खाणे यात संपून जाते. झोपडपट्ट्यांमध्ये केवळ अंगमेहनतीची कामे करणारे लोक, कामगार, हमाल, वेश्याव्यवसाय करणाऱ्या स्त्रिया, जुगाराचे व मद्यपानाचे अड्डे चालविणारे लोक एवढेच वर्ग राहतात असे नाही तर कनिष्ठ दर्जाचे सरकारी अधिकारी, शिपायांचा वर्ग, रिक्षा व टॅक्सीचालक अशा पगारदार व ठराविक कमाई असणाऱ्या लोकांना देखील निवाऱ्यासाठी शहरात झोपड्यांचा

आश्रय घ्यावा लागतो. झोपडपट्ट्यांमध्ये राहणाऱ्या लोकांमध्ये अल्प उत्पन्न गटातील लोकांचा अधिक भरणा असतो. अर्थात एक गट असाही आहे की, ज्यांना झोपडीत राहण्याची चैनही परवडत नाही. असा गट कायम फुटपाथ, बंद झालेल्या दुकानांचे ओटे, रेल्वेस्टेशन, बसस्टँड, गावातील मोकळे मैदान, खंडहर झालेल्या जागा येथे राहताना दिसून येते. परिणामी मोठ्या शहरात फेरफटका मारताना समाजातील गरिबी स्पष्टपणे डोळ्यांना दिसून येते. शहरांमध्ये रात्री फिरताना हे लक्षात येते की, फुटपाथ, सार्वजनिक पुतळ्यांच्या अवतीभोवतीची जागा, रेल्वेस्टेशनच्या बाहेरची जागा, बसस्टँडच्या आतील जागा या ठिकाणी इंचभर जागा देखील रिकामी नसते, जमेल तशी प्रत्येकाने आपली पथारी अंथरलेली असते. झोपडपट्टीतील समाजजीवन विजातीय असलेले दिसून येते. लोकांमध्ये एकजिनसीपणा नसतो. अनेक भाषा, आचारविचार, विश्वास, जाती, धर्म आणि विभिन्न व्यवसाय करणाऱ्या लोकांचा तो बहुतत्त्वीय समुदाय असतो. समान भूभाग व अल्प उत्पन्न एवढाच त्यांच्यात समान दुवा असतो.

गरिबी हे झोपडपट्ट्या निर्माण होण्याचे महत्त्वाचे कारण आहे. आजही आपल्या देशात व राज्यातही ३५% लोक आपल्या प्राथमिक गरजांचीही पूर्तता करू शकत नाहीत. निश्चित उत्पन्नाच्या अभावी लोक आपल्या आवश्यक त्या गरजाही पूर्ण करू शकत नाहीत. परिणामी आत्यंतिक दैन्य हे समाजाचे महत्त्वाचे वैशिष्ट्य बनत चाललेले आहे. झोपडपट्टीत राहणारे लोक हे अकुशल मजूर, नैमित्तिक व बिगारी काम करणारे, रोगी, अपंग, भिकारी अशा स्वरूपाचे असल्याने येथील घरे जुने टिनांचे तुकडे, गलिच्छ जागा, मेणकापड, पोते, तट्टे इत्यादींचा वापर करून उभी केलेली असतात. ह्या झोपड्यांमध्ये हवा व उजेडाचा अभाव तर असतोच; पण तेथे राहणाऱ्या लोकांना पाय मोकळे करून झोपणेही बरेचदा शक्य होत नाही. झोपडपट्ट्या व आरोग्य हे परस्परविरोधी शब्द बनलेले दिसून येतात. व्यक्तीला स्वतःच्या आरोग्याची जाण व आरोग्य चांगले राखण्याची जी किमान वैचारिक जागृती लागते तिचा झोपडपट्टीत राहणाऱ्या लोकांमध्ये अभाव दिसून येतो. सांडपाण्याची अयोग्य व्यवस्था, संडासाची गलिच्छ सार्वजनिक

सोय, प्रचंड डास व माशा, सर्वत्र पसरलेले गटारीचे पाणी त्याद्वारे पसरणारे आजार यांचे प्रमाण झोपडपट्ट्यांत जास्त आहे. याशिवाय चर्मरोग, खरूज, गुप्तरोग, अति मद्यपानाचे विकार यांचेही वाढणारे प्रमाण झोपडपट्ट्यांत असलेले दिसून येते.

झोपडपट्ट्यांचा प्रसार सर्व शहरामंध्ये फार व्यापक प्रमाणात होत असला तरी त्यांनां पायबंद घालणे सध्या तरी शक्य दिसत नाही. गरिबीमुळे व्यक्ती झोपडपट्ट्यांत राहतात व एकदा तेथे राहिल्या की त्या तेथील समाजव्यवस्थांचा स्वीकार करतात. परिणामी तेथून बाहेर पडणे शक्य होत नाही. ज्या आर्थिक अवस्थेत व्यक्ती झोपडपट्ट्यांत राहतात त्याच आर्थिक अवस्थेत त्या जन्मभर जीवन जगताना दिसून येतात.

याशिवाय व्यक्तीला गरीब करणारे काही घटकही तेथे उपस्थित असतात. पठाणी व्याजदराने कर्ज देणारे सावकार, सुरुवातीला फुकट मिळणारी दारू व गर्द या विविध गोष्टींमध्ये व्यक्ती त्याच्या आहारी जातात व त्यांच्या आर्थिक स्थितीत कोणताही फरक पडत नाही.

लोकसंख्या वाढ व गरिबी

भारतातील गरिबीचे व इतर अनेक समस्या निर्माण होण्याचेही मूळ कारण प्रचंड आणि सातत्याने वाढणारी लोकसंख्या हे आहे. भारतात अतिरिक्त लोकसंख्येची समस्या आहे. (over population problem) याचाच अर्थ समाजात व्यक्तीला जिवंत राहण्यास मदत करणारी साधनसामग्री कमी आहे; पण त्यामानाने लोकसंख्या जास्त आहे. उपलब्ध अन्नधान्य, जागा, औद्योगिक साधने, रोजगार यांचे प्रमाण फार मंद गतीने वाढते आहे; पण त्यामानाने वाढत्या लोकसंख्येला १९५० सालापासून पायबंद घालण्याचा प्रयत्न करून सुद्धा आज २००९ साली आपली प्रमुख समस्या 'लोकसंख्यावाढ' हीच आहे. मुळात लोकसंख्यावाढ ही गरिबी निर्माण करणारी समस्या असू शकेल याच्यावरच कोणाचा विश्वास नव्हता. १९३६ मध्ये लखनौ विद्यापीठाने पहिली लोकसंख्या परिषद आयोजित केली व

त्या परिषदेच्या निष्कर्षानुसार भावी काळातील भारतातील मुख्य समस्या लोकसंख्यावाढ रोखणे ही राहिल असा निष्कर्ष काढला गेला. १९३८ मध्ये डॉ. राधाकमल मुखर्जी यांनी 'Food Planning for Four Hundred Millions' या नावाचे पुस्तक लिहून वाढणारी लोकसंख्या व येणारी गरिबी यांचा संबंध दाखवून दिला. १९३९ मध्ये 'ग्यानचंद' यांनी India's Teeming Million हे पुस्तक लिहून आर्थिक दृष्टिकोनातून लोकसंख्येचा विचार सर्वप्रथम मांडला.

अतिरिक्त लोकसंख्येच्या वाढीमुळे भारतात व महाराष्ट्रातही सर्वत्र गरिबी आलेली आहे. याबद्दल कोणाच्याही मनात शंका निर्माण होण्याचे कारण नाही. लोकसंख्येला आळा घालणाऱ्या घटकांपेक्षा लोकसंख्या वाढविणारे घटक सध्या प्रभावशाली बनलेले आहेत. गेल्या काही वर्षात वेगवेगळ्या रोगांवर अनेक प्रकारची औषधे उपलब्ध झालेली आहेत. त्यामुळे दरवर्षी वेगवेगळ्या रोगांमुळे व साथींमुळे मृत्यूमुखी पडणाऱ्यांच्या संख्येत घट झालेली आहे. म्हणजे मृत्यूचे प्रमाण घटले; पण त्या तुलनेत जन्माला येणाऱ्या बालकांचे प्रमाण घटले नाही. याचा अटळ परिणाम लोकसंख्या वाढ होण्यात झालेला आहे.

याशिवाय भारतातील समाज व महाराष्ट्रातील समाज हा विवाहप्रधान आहे. व्यक्तीचे एकूण जीवन विवाह व कुटुंब यांच्या अवतीभोवती फिरत राहते. प्रत्येक व्यक्तीचा विवाह झालाच पाहिजे हे आपल्या समाजातील प्रमुख मूल्य आहे. परिणामी अल्पवयीन विवाहांचे प्रमाणही वाढीला लागलेले दिसून येते.

आज महाराष्ट्रात उस्मानाबाद, सोलापूर, कोल्हापूर, धुळे, नंदुरबार, यवतमाळ, गडचिरोली, बुलढाणा व चंद्रपूर या जिल्ह्यांमध्ये बालविवाहांचे प्रमाण अतिशय चिंताजनक आहे. मुलींचे विवाह १४ ते १७ या वयोगटात होताना दिसतात. नंदुरबार मधील आदिवासी पाड्यात जर एक पेरफटका मारला तर १७ व्या वर्षापर्यंतच्या मुलींना तीन-चार कुपोषित अपत्ये झालेली सर्वत्र पाहावयास मिळतात. बालविवाह होणे म्हणजे व्यक्ती जन्मभर गरीब राहण्याकरिता दिलेले प्रमाणपत्रच आहे. यात काहीच शंका नाही. जेव्हा जेव्हा समाजशास्त्रातील संशोधक याविषयी माहिती मिळविण्यास जातात तेव्हा त्यांना सत्य माहिती

मिळत नाही. राज्यातील लोकांच्या मनात ही भावना पक्की बसलेली आहे की, आमच्या कुटुंबातील मुला-मुलींचे विवाह ही आमची वैयक्तिक बाब आहे. त्यात कोणी हस्तक्षेप करू नये. आपल्या कुटुंबात जर लोकसंख्या वाढली तर त्याचा परिणाम केवळ आपल्या कुटुंबापुरता मर्यादित राहत नाही तर देशव्यापी बनतो. याचा विचार आपल्या समाजात कोणी करत असेल असे वाटत नाही. बालविवाहांमुळे स्त्रियांचा जननक्षम कालखंड वाढतो व त्यामुळे त्यांना वयाच्या १५ ते ४५ या वयोगटात अधिक अपत्ये होण्याची शक्यता निर्माण होते व याचा परिणाम लोकसंख्या वाढ होण्यात होते व परिणामी दारिद्र्य निर्माण होण्याची शक्यता दिवसेंदिवस वाढत जाते. या ठिकाणी ही सामाजिक बाबही अतिशय महत्त्वाची आहे की, भारतीय समाजात केवळ व्यक्तीचा विवाह होणे एवढीच गोष्ट महत्त्वाची नाही तर सर्व जातीजमातींमध्ये विवाहानंतर होणाऱ्या अपत्यांना सामाजिकदृष्ट्या महत्त्व आहे. विवाहानंतर दोन-तीन वर्षांत अपत्य झालेच पाहिजे असा अलिखित नियमच आहे. कित्येकदा अपत्य होत नाही हेच घटस्फोटाचे मुख्य कारण असते. तर कित्येकदा अपत्य होत नाही, या कारणामुळे व्यक्तीचा दुसरा विवाह लावून दिला जातो. अपत्ये न होणाऱ्या दाम्पत्याकडे समाजात संशयित वृत्तीने पाहिले जाते.

गरिबी आणि अपत्ये जास्त होणे याचाही जवळचा संबंध आहे. कारण व्यक्ती जितकी गरिब तितका तिच्यावर धर्माचा व इतर कर्मकांडांचा प्रभाव जास्त असतो हा सामाजिक नियम आहे. गरिबीमुळे बरेचदा लैंगिक गरज वारंवार पूर्ण करणे हीच एक महत्त्वाची करमणूक बनून जाते तसेच विविध कारणांमुळे कुटुंब नियोजनाची साधने वापरण्याबाबत प्रचंड उदासीनता दिसून येते. असे लक्षात आलेले आहे की गरिबांना आपल्या अपत्यांच्या भविष्याची फारशी काळजी नसते. अपत्यांच्या भवितव्याचा ते कधीच गांभीर्याने विचार करीत नाहीत. शिवाय गरिब व्यक्तींच्या कुटुंबातील संख्येत एखाद्या व्यक्तीची नव्याने भर पडली तरी त्याचा कोणताही प्रतिकूल परिणाम त्यांच्या राहणीमानावर पडण्याचे काही कारण नसते. याशिवाय गरिब कुटुंबात हा दृष्टिकोन देखील विकसित झालेला आहे की,

जितकी जास्त मुले तितके राबणारे हात जास्त. परिणामी कुटुंबात येणारा पैसा जास्त. या विविध समजूतीमुळेही लोकसंख्या वाढू दिली जाते.

महाराष्ट्राचा विचार थोडा खोलवर जाऊन केला असता हे लक्षात येते की, जरी महाराष्ट्र वैचारिकदृष्ट्या, औद्योगिकदृष्ट्या, शिक्षणाच्या दृष्टीने, इतर राज्यांपेक्षा प्रगतीशील असले तरी येथे लिंग भेदभाव फार मोठ्या प्रमाणावर आहे. पालनपोषणातही मुलगा व मुलगी आढळतात. मुलाला वंशाचा दिवा मानले जाते. घराण्याची व कुळाची प्रतिष्ठा बापाकडून मुलाकडे हस्तांतरित होते. धर्माच्या दृष्टिकोनातून बापाच्या चितेला मुलाने अग्नी देणे महत्त्वाचे असते. तसेच म्हातारपणी सांभाळ करणारा व पित्याच्याच घरात राहणारा म्हणून मुलाचा सांभाळ चांगल्या पद्धतीने केला जातो. त्यामानाने मुलींचे कौटुंबिक महत्त्व दुय्यम मानले जाते. मुलाला उच्च शिक्षण दिले जाते तर मुलींना द्यावे लागणारे शिक्षण म्हणेज पैसा पाण्यात घालविणे आहे असेही महाराष्ट्रात मानले जाते. उलट मुलींना जास्त शिकविल्यास तिच्या वरसंशोधनात अडथळे निर्माण होतात असाही विचार या प्रगतीशील मानल्या जाणाऱ्या राज्यात करण्यात येतो. अनेक जिल्ह्यात व अनेक जातीत मुलगा व मुलगी हे लिंगभेद इतक्या तीव्र प्रमाणात आहेत की मुलींना त्या आजारी पडल्यानंतर दवाखान्यातही नेले जात नाही. अनेक जातींमध्ये मुलीच्या विवाहाच्या वेळी द्यावा लागणारा पैसा हे पालकांच्या गरिबीचं मूळ कारण आहे.

परिणामी एखाद्या कुटुंबात जर सतत मुलीच होत असतील तर मुलगा होईपर्यंत वाट बघितली जाते. परिणामी त्या कुटुंबाची व देशाची लोकसंख्या वाढते तसेच कुटुंबात दारिद्र्य येते.

शहरी समाजात बऱ्याच प्रमाणात ही समस्या जाणून घेऊन कुटुंबनियोजनाच्या विविध साधनांचा वापर करून लोकसंख्या मर्यादित ठेवली जाते; परंतु ग्रामीण व आदिवासी समाजात मात्र पाहिजे त्या प्रमाणात जागृती आलेली दिसून येत नाही.

ग्रामीण समुदाय आणि गरिबी

महाराष्ट्रातील ग्रामीण समुदाय हा मुख्यत्वे करून शेतीवर उपजीविका करणारा व शेतीशी संबंधित उद्योग धंद्यावर अवलंबून राहणारा समाज आहे. सध्याच्या आधुनिकीकरणाच्या युगात वरकरणी पाहता ग्रामीण समुदाय आणि शहरी समुदाय यातील अंतर कमी झालेले आहे. तरीही थोडासा अभ्यास केल्यानंतर या दोन्ही समाजातील फरक मात्र चटकन लक्षात येण्यासारखा आहे. सुप्रसिद्ध समाजशास्त्रज्ञ ऑगबर्न यांनी आपल्या 'Social Change' या पुस्तकात सांस्कृतिक पश्रायताची (cultural lag) जी कल्पना मांडली ती भारतीय व महाराष्ट्रातील समाजांना पुरेपूर लागू पडणारी आहे. त्यांच्या मते संस्कृतीचे (१) भौतिक संस्कृती व (२) अभौतिक संस्कृती असे दोन प्रकार पडतात.

भौतिक संस्कृती म्हणजे मानवाने निर्माण केलेल्या व दृष्टीला दिसणाऱ्या सगळ्या गोष्टी तर अभौतिक संस्कृती म्हणजे मनोमन जाणवणाऱ्या व दृश्य स्वरूपात न दिसणाऱ्या गोष्टी. समाजात भौतिक संस्कृतीचा उपयोग एक साधन या नात्याने केला जातो. तर अभौतिक संस्कृती ही साध्य स्वरूपी आहे. जेव्हा समाजाची व्याप्ती वाढते, तेव्हा प्रमुख्याने सुरुवातीला भौतिक बदल होतात. म्हणजे दळणवळणाची साधने वाढतात, प्रसारमाध्यमे वाढतात, त्यांचा वापर करण्याची प्रवृत्ती वाढते, विविध शाखांचे शिक्षण घेणाऱ्यांच्या संख्येत वाढ होते. अत्यंत आधुनिकीकरणाच्या प्रक्रियेत समाज येतो; परंतु ज्या वेगाने भौतिक बदल होतात त्या वेगाने समाजात अभौतिक बदल होत नाहीत. म्हणजे अत्यंत आधुनिकता तर येते; पण लोकांच्या विचारांमध्ये त्यातही लोकांच्या पारंपरिक विचारांत बदल होत नाही. परिणामी भौतिक आणि अभौतिक या दोन्ही प्रकारच्या संस्कृतीमध्ये बदल होण्याचा वेग समान नसल्यामुळे समाजात समस्या निर्माण होतात.

ग्रामीण समाजाचा विचार केल्यास ऑर्गबर्नचा हा विचार तिथे तंतोतंत लागू करण्यासारखा आहे.

भारतीय समाजात भौतिक तंत्रज्ञान लोकांनी स्विकारलेले असले तरी अभौतिक बाबतीत मात्र समाज जुन्या विचारांना कवटाळून बसलेला दिसून येतो.

सध्याच्या ग्रामीण समुदायात गरिबी येण्यास खालील काही घटक जबाबदार ठरलेले दिसून येतात.

(१) अति धार्मिकता, रुढी परंपरांच्या आहारी जाणे.

(२) मांत्रिक व तांत्रिक तसेच एखाद्या गुरूचा प्रभाव.

(३) लिंग भेदाचा अधिक प्रभाव.

(४) चारी धाम यात्रा, इतर तीर्थयात्रा करण्यावर लोकांचा भर.

(५) सगळ्या प्रकारच्या जुनाट वैचारिक परंपरा कायम.

(६) परंपरांसाठी व स्वत:च्या प्रतिष्ठेसाठी कोणत्याही प्रकारचा त्याग करण्याची मनोवृत्ती.

(७) आर्थिक प्राप्तीसाठी स्थलांतर न करण्याची प्रवृत्ती.

(८) शेतीत वापरले जाणारे जुने तंत्रज्ञान.

(९) बँका, पतपेढ्या व खाजगी सावकार यांच्याकडून कर्जे घेण्याची वृत्ती.

(१०) मनावर प्रचंड कर्जफेडीचा ताण.

प्रचंड प्रमाणात व्यक्तीची आर्थिक परिस्थिती आहे तशीच ठेवण्यास ही काही कारणे बऱ्याच प्रमाणात जबाबदार आहेत.

आर्थिक विकास ही कल्पना बरीचशी सामाजिक गतिमानतेशी संबंधित आहे. स्वत:चा आर्थिक विकास झाला पाहिजे ही भावना तीव्रतेने व्यक्तीच्या मनात निर्माण होणे आवश्यक आहे. स्वत:ची सगळी कार्यक्षमता वापरत व वेळप्रसंगी संघर्ष करून व्यक्तीने स्वत:ची परिस्थिती बदलविणे आवश्यक आहे. आपण आपली आर्थिक प्रगती का करून घ्यावी याचे समर्पक उत्तरेही व्यक्तीजवळ असणे गरजेचे आहे. तसेच आर्थिक विकासाचे फायदे व्यक्तींच्या लक्षात येणे

आवश्यक आहे. जीवन जगण्याचा आत्मविश्वास, सतत मनात असणारे असमाधान, सध्याची परिस्थिती त्वरेने बदलण्याची इच्छा व परिवर्तनासाठी मनात असणारी जिद्द या गोष्टींचा अभाव महाराष्ट्रातील ग्रामीण समुदायात असलेला दिसून येतो.

आदिवासी समाज आणि गरिबी

सामाजिक परिवर्तनाच्या प्रक्रियेत आदिवासी फार पाठीमागे राहिलेले दिसून येतात. महाराष्ट्रात नंदुरबार, चंद्रपूर, गडचिरोली, यवतमाळ, ठाणे या जिल्ह्यात सर्वात जास्त आदिवासी राहतात. भिल्ल, गोंड, पावरा, माडिया, तोडा, बंजारी, कोटवा, वैगा, वारली व इतर अनेक जमाती या राज्यात राहतात.प्रत्येक जमातीच्या आर्थिक विकास वेगवेगळ्या पद्धतीने झालेला असला तरी पारंपरिकता, अर्थकारणाच्या व जीवन जगण्याच्या जुनाट पद्धती यांचा प्रभाव सर्वांमध्ये समान पद्धतीने कायम असलेला दिसून येतो.

परंपरागत काळापासून या जमाती एकटेपणाचे जीवन जगत आहेत. दूरवर डोंगरात व निर्जन ठिकाणी तसेच जंगलात कायमचे वास्तव्य असल्यामुळे इतर समाजाशी आदिवासी समाजाचा मर्यादित संबंध येतो. केवळ जंगलातील वस्तू जवळच्या ग्रामीण व शहरी समुदायात विकायला नेण्या-आणण्यापुरताच त्यांचा इतर समाजाशी संबंध येतो. सांस्कृतिकदृष्ट्या भिन्न असल्यामुळे तसेच भाषाभिन्नतेमुळे आदिवासी समुदाय इतर समाजापासून फटकून अलिप्त राहिलेला दिसून येतो. वंजारी, कोरकू, भिल्ल इत्यादी समाजाशी जनसमुदायांचा सामाजिक संबंध विविध माध्यमातून नागरी समाजाशी आला. त्यातूनही नागरी समुदायातील अनेक समस्या आदिवासींमध्ये शिरलेल्या दिसून येतात. इंग्रज शासनाने व भारत सरकारने अनेक कायदे संमत केले. त्याप्रमाणे वनसंपदा कायम राखणे हा त्यांचा प्रमुख उद्देश होता. परंतु त्याचा फटका आदिवासींना बसला असल्याचे दिसून येते. त्यातून आदिवासींचे अनेक पारंपरिक व्यवसाय उध्वस्त झाले. तसेच नागरी व शहरी समाजाशी आलेल्या संपर्कामुळे त्यांची पिळवणूकही होऊ लागली.

व्यावसायिक व सावकार यांच्या माध्यमातून त्यांचे शोषण होऊ लागले. परिणामी आदिवासी समाजातील लोक आपल्या कामापुरते ग्रामीण व शहरी समाजाशी सामाजिक संबंध ठेवतात; पण कायमचे राहण्याच्या दृष्टीने मात्र ते पुन्हा परत आपल्या समाजात व आपल्या परिसरात जातात. म्हणजेच एक प्रकारची सामाजिक अलिप्तता आदिवासी समाजातील बहुतांशी जमातींनी निर्माण केलेली दिसून येते. आदिवासी जमाती या बहुतांशी पारंपरिक व्यवसायात रमलेल्या दिसून येतात. काही प्रमाणात आदिवासींमधील काही लोकांचा विकास झालेला असला तरी बहुतांशी आदिवासी लोक विकासाच्या प्रक्रियेपासून प्रचंड लांब असलेले दिसून येतात.

आर्थिक प्रगती होण्यासाठी एक प्रकारची विशिष्ट विचारसरणी निर्माण व्हावी लागते. तसेच व्यक्तींच्या गरजा वारेमाप वाढणे व त्या गरजा पूर्ण करण्यासाठी सतत त्यांनी प्रयत्न करणे यातून हळूहळू आर्थिक विकास साधला जातो. पैसा मिळविण्याची प्रेरणा ही गरजेची असते. त्याचबरोबर मुलामुलींची शिक्षणे, त्यांचे विवाह, स्वतःचे राहणीमान, स्वतःचे घर, वाहन, प्रवास, जीवनविषयक दृष्टिकोन या सर्व बाबतीत एक विशिष्ट विचार अस्तित्त्वात असणे गरजेचे असते. गरजा आणि श्रीमंती यांचा म्हणूनच अतिशय जवळचा संबंध आहे असे आपण मानतो. कारण ज्यांच्या सगळ्या गरजा पूर्ण होतात त्यांना आपण श्रीमंत मानतो. म्हणजे केवळ गरजा निर्माण होणे महत्त्वाचे नाही तर त्या कशा पद्धतीने पूर्ण व्हाव्यात याविषयी एक ठराविक आचारसंहिता निर्माण होणे आवश्यक आहे. ग्रामीण आणि शहरी भागात अशी आचारसंहिता निर्माण झाली आहे; परंतु दुर्दैवाने अजूनही आदिवासी समुदायात ती निर्माण होऊ शकली नाही.

परिणामी आजही महाराष्ट्रातील आदिवासी जमातीतील लोकांच्या गरजा या पूर्णतः निसर्गावर अवलंबून आहेत. गरजा आणि पैसा यांचा फारसा संबंध येत नाही. इतरांमध्ये मिसळणे शक्य न झाल्यामुळे एक प्रकारचा अलिप्तपणाही आलेला आहे. शिवाय मुळातच गरजा कमी असल्यामुळे व अलिप्ततेमुळे गरजात

कोणतीही वाढ न झाल्यामुळे विविध पद्धतींनी गरजा पूर्ण करून घेण्याची संकल्पना आदिवासींमध्ये रुजलेली दिसून येत नाही. झूम पद्धतीची शेती, लाकूडफाटा गोळा करणे, मध गोळा करणे, जंगली फळे विकणे, काही वस्तू तयार करून त्या शहरी समाजात विकणे ही आदिवासींची आर्थिक कामे जरी बघितली तरी हे लक्षात येईल की, त्यातून फारसे आर्थिक उत्पन्न मिळण्याची शक्यता नाही. जेमतेम जीवन जगणे अभिप्रेत असल्यामुळे त्यात बदल झाल्याशिवाय आदिवासी समाजात अर्थकारण वाढीला लागेल असे वाटत नाही. याशिवाय विविध माध्यमातून थोडासा पैसा जरी मिळाला तरी व्यसनाधिनता, अल्पवयीन विवाह, लोकसंख्या वाढ, मांत्रिक-तांत्रिक, नवस बोलणे व फेडणे या अनेक कारणांमुळे त्यांची गरिबी कायम राहत असलेली दिसून येते.

शहरी, ग्रामीण आणि आदिवासी समाजातील लोकांच्या गरिबीविषयी वरीलप्रमाणे मत व्यक्त केल्यावर आपणास गरिबीशी संबंधित व सर्वसामान्यपणे सर्वच समाजात   असणारा आणखी एक घटक लक्षात घ्यावा लागेल अन् तो म्हणजे शिक्षण.

गरिबी आणि शिक्षण

अनेकांना शिक्षणाचा गरिबीशी संबंध जोडल्यामुळे अनेकांना आश्चर्य वाटण्याची शक्यता आहे. परंतु शिक्षणामुळे समाजात वेगवेगळ्या स्तरावर गरिबी निर्माण झालेली दिसून येते.

शिक्षण हे औपचारिक आणि अनौपचारिक या दोन पातळीवर दिले जाते. व्यक्तीला समाजात जगावे कसे? कोणत्या प्रसंगी कोणते वर्तन ठेवावे? कोणत्या नातेवाईकासंबंधी कशा प्रकारे संबंध ठेवावेत? आपल्या गरजा समाजात राहून पूर्ण कशा कराव्यात? कोणत्या वयात वर्तनाच्या कोणत्या अपेक्षा आहेत? या सगळ्या बाबींबद्दल मिळणारं शिक्षण हे अनौपचारिक शिक्षण (informal education) होय. या अनौपचारिक शिक्षणामुळेच व्यक्ती समाजात राहावयास शिकते. कुटुंब, शेजारी, सवंगडी, वयाने प्रौढ झालेले लोक, जीवनात येणारे

विविध प्रसंग या विविध माध्यमातून व्यक्तीला अनौपचारिक शिक्षण दिले जाते व व्यक्ती ते मिळवितात.

तर औपचारिक शिक्षण (formal education) हे एखाद्या विशिष्ट ध्येयाने प्रेरित होऊन मुद्दाम मिळवावे लागते. व्यक्तीला केवळ अनौपचारिक शिक्षण मिळवून भागणार नाही तर अर्थार्जनासाठी मुद्दाम कोणत्या ना कोणत्या प्रकारच्या गोष्टी घराबाहेर जाऊन संपादित कराव्या लागतील. कारण सबंध आयुष्य व्यक्तीला परावलंबी राहता येत नाही. केव्हा ना केव्हा तरी रोजगार, नोकरी या माध्यमातून चार पैसे मिळवावे लागतात व त्यासाठी औपचारिक शिक्षणाची गरज फार मोठ्या प्रमाणावर आहे. हे शिक्षण शाळा, महाविद्यालये, विद्यापीठ, इतर शिक्षण देणाऱ्या संस्था यांच्या माध्यमातून मुद्दाम घ्यावे लागते. त्यासाठी प्रत्येक व्यक्तीला आपली ठराविक मानसिक व शैक्षणिक क्षमता सिद्ध करावी लागते. हे शिक्षण व्यक्तीने कितपत घेतलेले आहे व व्यक्तीला कितपत समजलेले आहे यासाठी तिची परीक्षा घेतली जाते हा सगळा औपचारिक प्रकार समाजात चाललेला आहे.

समाजशास्त्रीय दृष्टीने विचार करताना आम्ही औपचारिक व अनौपचारिक या दोन्हीही प्रकारच्या शिक्षणाला सारखे महत्त्वाचे मानतो. कारण काय शिकावे याचे मार्गदर्शन अनौपचारिक शिक्षण करते तर, का शिकावे? याविषयी औपचारिक शिक्षण व्यक्तीला समजावून सांगते. मानव जी समाजव्यवस्था निर्माण करतो त्या समाजव्यवस्थेच्या जडणघडणीत संस्कृतीत समाविष्ट होणाऱ्या आदर्श व मूल्य प्रमाणकांसारख्या घटकांना अतिशय महत्त्व असते; पण या सगळ्या गोष्टी व्यक्तीला जन्मजात प्राप्त होत नाहीत तर मिळवाव्या लागतात. मानवामध्ये विचारक्षमता, ग्रहणक्षमता इत्यादी गोष्टी असल्यामुळे त्याला त्या मिळवाव्या लागतात.

शाळा, महाविद्यालये, विद्यापीठे, इतर तंत्रशिक्षण देणाऱ्या संस्था यांच्या माध्यमातून व्यक्ती जे औपचारिक शिक्षण ग्रहण करतात त्यासाठी वेळ, पैसा, कार्यक्षमता या सगळ्या गोष्टी खर्च करतात व त्याचे फळ आपल्याला मिळावे अशी साहजिकच त्यांची अपेक्षा असलेली दिसून येते. थोडक्यात शिक्षण घेतल्यानंतर लगेच रोजगार मिळावा किंवा नोकरी मिळावी ही व्यक्तींची अपेक्षा

असते. रोजगाराभिमुख शिक्षण ही संकल्पना आज सर्वांना मान्य झालेली आहे. शिक्षणामुळे व्यक्तीच्या परिस्थितीत फरक पडावा अशी सर्वत्र अपेक्षा असलेली दिसून येते.

महाराष्ट्रातील लोकांच्या शिक्षणाकडे पाहण्याच्या दृष्टिकोनाचा विचार केल्यास दहावीपर्यंतचे शिक्षण हे मूलभूत शिक्षण मानले जाते. त्यानंतरचे शिक्षण आवड-निवड व आर्थिक क्षमता यांवर आधारित आहे. सर्वसाधारणपणे १२वीच्या परीक्षेत त्या विद्यार्थ्यांचा कल कशाकडे आहे व त्याची शैक्षणिक क्षमता कशा प्रकारची आहे याचा विचार करून त्याने पुढचे शिक्षण घ्यावे हे अपेक्षित आहे.

एक फार चांगली गोष्ट गेल्या २५ वर्षांत महाराष्ट्रात झालेली दिसून येते. अन् ती म्हणजे पालकांमध्ये औपचारिक शिक्षणाच्या संदर्भात जागृती निर्माण झालेली आहे. कोणत्याही आर्थिक गटातील पालक जरी असला तरी त्याला आपल्या पाल्याने उच्च प्रतीचे शिक्षण घ्यावे असे वाटते. त्यासाठी तो त्याला जेवढे प्रयत्न करणे शक्य आहे तेवढे करताना आढळतो. पालकांनी केलेला त्याग आणि पाल्याचे शिक्षण या एकाच नाण्याच्या दोन बाजू आपल्या राज्यात मानल्या जातात व ही शैक्षणिक जाणीव जागृतीच्या दृष्टीने खरोखरीच फार चांगली बाब आहे. शहरात जी मुले शिकतात त्यांचे पालक खेड्यात राहतात व त्यांना पैसे पाठवितात. बरेचसे पालक अर्धपोटी राहून स्वतःच्या गरजा मारून मुलांना शिक्षण देताना आढळतात. मुलं शिकणे हे व्यक्तीच्या जीवनाचे साफल्य मानले जाते. ज्यांची मुले काही कारणांनी शिकू शकली नाहीत त्यांना कायम अपराधीपणाची भावना वाटत राहते हे रोजच्या व्यवहारातील व्यक्तींच्या वागण्यावरूनही लक्षात येईल.

सध्याच्या राज्यातील शिक्षणाची अवस्था लक्षात घेतली तर निश्चितच औपचारिक शिक्षणाच्या बाबतीत महाराष्ट्र आघाडीवर आहे. या राज्यात केवळ पालकांनाच आपले पाल्य शिकावे असे वाटत नाही तर त्या पाल्याच्या मनातही शिक्षणाबद्दल अनुकूल भावना निर्माण झालेली दिसून येतात.

पालक ज्याप्रमाणे आपल्या पोटाला चिमटा घेऊन पाल्यांना शिकवितात त्याचप्रमाणे पाल्यांनाही शिक्षण घेण्यासाठी प्रचंड मेहनत करावी लागते व पाल्य ती मेहनत न कुरकुरताना करताना दिसतात. शहरात शिकणाऱ्या पाल्यांपेक्षा आपल्या पालकांपासून दूर गावी शिकणाऱ्या पाल्यांना राहण्याची, जेवणाची सोय गैरसोय सहन करीत शिकावे लागते; पण हे आपले कर्तव्यच आहे व शिक्षण घ्यायचे तर हे लोखंडाचे चणे चावावेच लागतील याची मानसिक तयारी पाल्यांनी केलेली असते असे दिसून येते. राज्यातील वैद्यकीय महाविद्यालये, अभियांत्रिकी महाविद्यालये, व्यवस्थापनाचे शिक्षण देणारी महाविद्यालये, कला, वाणिज्य व विज्ञान महाविद्यालये, संगणकांचे शिक्षण देणाऱ्या संस्था याशिवाय खाजगी कोचिंग क्लासेस घेणारे लोक या सगळ्यांकडे पाहिल्यावर असे दिसून येते की, कोणी काहीही म्हणो; पण या सगळ्या संस्थांमध्ये विद्यार्थ्यांची वारेमाप गर्दी झालेली दिसून येते. या सगळ्या संस्था विद्यार्थ्यांनी दुथडी भरून वाहताना आढळून येतात.

महाविद्यालयांमध्ये व्यवस्थित अभ्यासक्रम पूर्ण होत असूनही आपल्या राज्यात प्रायव्हेट कोचिंग क्लासेसचे जे प्रचंड पीक झालेले आहे ते भारतातील सर्व राज्यांपेक्षा कितीतरी अधिक आहे. महाविद्यालयात चाललेल्या शिकवण्यापेक्षाही अधिक ज्ञान अशा कोचिंग क्लासेसमध्ये मिळते यांवर विद्यार्थ्यांचा विश्वास बसत चाललेला आहे. मुंबई, पुणे, नागपूर, सोलापूर, नाशिक अशा शहरांचा विचार बाजूला ठेवला आणि आपण उर्वरित महाराष्ट्रात तिथल्या जिल्ह्याच्या गावात फेरफटका मारला तर जळगाव, चंद्रपूर, वर्धा, अमरावती, अकोला, ठाणे, यवतमाळ, औरंगाबाद, परभणी, बीड या सर्व जिल्ह्यांच्या गावात एक दिवस राहून पूर्ण गाव पायाखाली घातल्यास हे प्रकर्षाने लक्षात येईल की कोचिंग क्लासेसच्या पाट्या गावभर लागलेल्या आहेत. येथील महाविद्यालये ओस पडलेली आहेत; पण क्लासेसमध्ये बसायला जागा नाही म्हणून विद्यार्थी बाहेरच उभे राहून शांतपणे नोटिस् घेत आहेत.

हे सगळे क्लासेस प्रामुख्याने C.B.S.C. पॅटर्न, गणित, बायलॉजी, कॉमर्स,

---

वेगवेगळ्या स्पर्धा परिक्षांची तयारी (U.P.S.C., M.P.S.C.) इत्यादीसाठी निर्माण झालेले दिसून येतात. बहुतेक सर्वच क्लासेसची फी वारेमाप आहे; पण विद्यार्थी ती देताना दिसून येतात. विद्यार्थी संख्येअभावी कोणताही कोचिंग क्लास बंद पडलेला आहे असे आपल्या राज्यात सहसा घडत नाही. संगणकाचे अत्याधुनिक शिक्षण देणाऱ्या क्लासेसची फी तर सांगता येणार नाही एवढी प्रचंड आहे आणि हे सगळे केवळ जिल्हापातळीपर्यंत मर्यादित नाही तर तालुका व ग्रामपातळीपर्यंतही हे लोण वेडेवाकडे पसरले आहे. पूर्वी मी लहान असताना जर एखादा विद्यार्थी अभ्यासात कच्चा असेल तर त्याला शिकवणी लावावी लागेल असे सांगितले जाई. एखादा विद्यार्थी एखाद्या शिक्षकाकडे शिकवणीसाठी जात असेल तर त्याला बुद्धी कमी आहे असे मानले जायचे; पण आता विद्यार्थी हुषार असेल तर त्याला शिकवणीची अधिक गरज आहे हे मत सर्वमान्य झालेले आहे.

महाविद्यालयात जाण्यासाठी प्रवेश खर्च, वाहतूक खर्च, कपडेलत्ते, पुस्तके, चांगले कपडे यासाठी बराचसा पैसा लागतो. त्यानंतर कोचिंग क्लासेस बराचसा पैसा खाऊन टाकतात. विशेष म्हणजे या सगळ्यांसाठी पालक आनंदाने पैसा मोजायला तयार असतात. भावी काळात येणाऱ्या गरिबीची पाळेमुळे इथे दडलेली आहेत असे माझे मत आहे. याशिवाय कित्येक कुटुंबात पाल्याने मागण्याच्या अगोदरच त्याला सगळ्या गोष्टी पालकच हौसेने आणून देतात. त्यामुळे पाल्याला कोणत्याही गोष्टीसाठी संघर्ष करण्याची गरज पडत नाही. त्याची कोणत्याही गोष्टीसाठी संघर्ष करण्याची त्याची शक्ती संपून जाते.

वैद्यकीय आणि अभियांत्रिकीचे शिक्षण दिवसेंदिवस महागडे होत चाललेले आहे. वैद्यकीय स्वरूपाचे शिक्षण आपल्या पाल्याला देण्यासाठी पालक कमीत कमी कोट्याधीश असणे आवश्यक आहे, तर अभियांत्रिकी शाखेचे शिक्षण केवळ उच्च मध्यमवर्गीयांना परवडेल अशी परिस्थिती निर्माण झाली आहे.

शिक्षक बनण्यासाठी ज्या क्षमता व पदव्यांची गरज आहे त्या डी.एड. व बी.एड. पदवीच्या प्रवेशासाठी डोनेशन द्यावे लागते व बाकीचा सगळा खर्च सहन करावा लागतो. त्यानंतर शिक्षक बनण्यासाठी म्हणजे नोकरी मिळविण्यासाठी

समाजात शिक्षणक्षेत्रांतर्गत वेगवेगळ्या प्रकारच्या अडचणीतून जावे लागते. बरेचदा पैसा मोजून नोकरी मिळवावी लागते. नोकरी कशी मिळवावी लागते याविषयी वेगळेच पुस्तक लिहावे लागेल एवढे प्रकार त्यामध्ये आहेत. म्हणजे शिक्षण मिळविण्यासाठी पैसा व नोकरी मिळविण्यासाठीही पैसा असा प्रकार महाराष्ट्रात गेल्या दहा वर्षांत सर्वत्र झालेला दिसून येतो. नोकरी मिळवून देणारे दलाल विविध प्रकारच्या कार्यक्षेत्रात निर्माण झालेले आहेत. त्यातून फसवणुकीच्या वेगवेगळ्या प्रकारांना चालना मिळते आहे.

हे सगळं उच्च शिक्षण घेण्यापासून ते नोकरी मिळविण्यापर्यंतच झालं; पण प्राथमिक शिक्षणाच्या क्षेत्रात तर अवस्था भयावह आहे. नगरपालिका, पंचायत समिती, जिल्हा परिषदा यांच्या माध्यमातून शाळा चालविल्या जातात; पण या शाळांबद्दल महाराष्ट्रीय समाजात विविध प्रकारचे गैरसमज पसरलेले आहेत. ते समज आहेत की गैरसमज आहेत हा मुद्दा वादाचा असला तरी तो आपला विषय नाही. सध्याच्या काळात कोणत्याही बाबतीत आपले अपत्य व आपले पाल्य मागे राहू नये यासाठी पालक इंग्रजी माध्यमांची कास धरताना दिसून येतात. तालुका व जिल्ह्याच्या ठिकाणी दरमहा प्रचंड फी गोळा करणाऱ्या इंग्रजी माध्यमांच्या शाळांचे चेव फुटलेले आहे. या शाळा शिक्षकांना व्यवस्थित पगार देत नाहीत; परिणामी चांगले शिक्षक तेथे टिकत नाहीत. याचा परिणाम म्हणून पालकांचाही इंग्रजी शाळेतील शिक्षकांवर विश्वास राहिलेला नाही म्हणून पहिल्या वर्गापासून ते दहावीच्या वर्गापर्यंत वेगवेगळे विषय शिकविण्यासाठी वेगवेगळे शिक्षक पुन्हा शिकवण्या घेताना दिसून येतात. एकदा पाल्याला इंग्रजी शाळेत प्रवेश दिल्यानंतर मध्येच त्याला किंवा तिला तेथून काढणे शक्य नसल्यामुळे पालक या शिकवण्यामुळे त्रासून जातात. इंग्रजी माध्यमांच्या शाळा कोणत्याही प्रकारची शासकीय मदत स्वीकारीत नसल्यामुळे त्यांना कोणतेही सरकारी पातळीवरचे नियम लागू होत नाहीत; परिणामी मनमानी फी दरमहा वसूल करणे, किरकोळ गोष्टींसाठी मुलांना घरून पैसे आणावयास लावणे, पुस्तके आणि त्याचे ड्रेस ठराविक दुकानातून घ्यावेत यासाठी सक्ती करणे, प्रत्येक

बाबतीत कमिशन गोळा करणे, अशी कामे या शाळांचे संचालक करताना आढळतात. (आमच्या भागात स्वतःचा वाढदिवस साजरा करण्यासाठी एका इंग्रजी शाळेच्या संचालकाने मुलांनी प्रत्येकी ५०रु. आणावे अशी नोटीस काढली व जवळजवळ प्रत्येकावर सक्ती करीतच हे पैसे वसुल केले.)

महाराष्ट्रात ग्रामीण आणि आदिवासी भागात सर्व शिक्षा अभियान चालविले जाते. अंगणवाड्या, जिकडेतिकडे शाळा निर्माण करणे, मुलांना पोषक आहार देणे, त्यामानाने प्राथमिक शिक्षकांना वेतन देणे या बाबतीत महाराष्ट्र आघाडीवर आहे. शिक्षणाचा प्रचार व प्रसार महाराष्ट्रातील खेड्यापाड्यातून, आदिवासींच्या पाड्यांपर्यंत सर्वत्र झालेला आहे. शहरी समाजात तर प्रश्नच नाही. याचा परिणाम म्हणून महाराष्ट्र हे राज्य शिक्षणाच्या सर्व पैलूंवर आघाडीवर असलेले राज्य आहे. केंद्रसरकारचे सगळे अहवालही याला पुष्टी देतात. मग शिक्षणाचा आणि गरिबीचा संबंध कसा निर्माण होतो ?

बरेचदा एकाच क्षेत्रातील शिक्षण अनेक विद्यार्थी घेतात. त्यातून बेकारी निर्माण होते. उदाहरण द्यावयाचे झाल्यास बी.एड. व डी.एड. या पदव्या मिळविलेल्या विद्यार्थ्यांचे जथ्थे नोकरीच्या प्रतिक्षेत आहेत. एम.ए., एम.कॉम, एम.एस.सी. यांच्या नशीबी बेकारी लिहिलेली आहे व ती त्यांनी गृहीतही धरलेली आहे. सध्याच्या मंदीच्या काळात अभियांत्रिकीचे क्षेत्रही रोजगार मिळण्याच्या बाबतीत फारसे सुरक्षित राहिलेले नाही. व्यवस्थापक क्षेत्रातील पदवी आणि पदविकेसाठी न झेपणारा खर्च पालक करतात; पण त्यामानाने नोकरी मिळविण्यासाठी त्यांना व पालकांना प्रचंड कसरत करावी लागते. समाजातील व्यक्तींच्या मनात अशी एक समजूत आहे की, विशिष्ट शिक्षण घेतले की तिला विशिष्ट प्रकारची नोकरी उपलब्ध झालीच पाहिजे. अशा तऱ्हेची भावना असल्यामुळे नोकरी किंवा रोजगार न मिळाल्यास व्यक्तीच्या नशीबी बेकारी येणे अटळ आहे.

समाजात विविध कार्यक्षेत्रात बदल होत आहेत आणि त्या बदलांचे शिक्षण देणे शिक्षणव्यवस्थेला शक्य नाही. याशिवाय शिक्षण घेतलेल्या व्यक्तीला शारीरिक कष्टाची कामे करणे कमीपणाचे वाटते व त्यामुळे शेती, पशुपालन,

कुक्कुटपालन, दुग्धव्यवसाय यासारख्या क्षेत्रात पैसा मिळविण्यास बराच वाव असला तरी सुशिक्षित व्यक्ती अतिशय नाईलाजानेही हे व्यवसाय स्वीकारण्यास तयार होत नाहीत; परिणामी बेकारी वाढत जाते व वाढलेली बेकारी गरिबीला आंमत्रण देते. राज्यातील बेकारांचा प्रश्न हा विशेष स्वरूपाची समस्या झालेली आहे. सुशिक्षित व्यक्तीने शिक्षणासाठी कष्ट घेतलेले असतात. वारेमाप वेळ आणि पैसा खर्च केलेला असतो. शासनानेही शिक्षणप्रक्रियेवर भरपूर पैसा खर्च केलेला असतो. सुशिक्षित बेकार व्यक्ती विचार करणारी व स्वत:चे काहीतरी मत निर्माण झालेली व्यक्ती असते. त्यामुळे नशिबावर हवाला ठेवून प्राप्त परिस्थिती स्वीकारणे त्यांना शक्य नसते. रोजगारासाठी आवश्यक असलेले शिक्षणाची प्रचंड प्रमाणावर उपलब्धता, पण रोजगार नाही अशा दृश्यामुळे गरिबीत वाढ होत चाललेली दिसून येते.

कित्येक बेकार तरुण मग व्यसनाधिन बनतात तर कित्येक आत्महत्येच्या अवस्थेपर्यंत येतात. परिणामी ज्या व्यक्तींचे हात समाज उभारण्यासाठी व समाजाचा विकास करण्यासाठी लागणे आवश्यक असते तेच तरुण जर हतबल व मनोदुर्बल झाले तर त्या पूर्ण कुटुंबाला आयुष्यभर गरिबीत जीवन जगण्याशिवाय पर्याय राहत नाही. बरेचदा तर मिळणारी नोकरी व झालेले शिक्षण यांचा परस्परसंबंधच राहिलेला नाही, असे दिसून येते.

या विविध मुद्द्यांच्या चर्चेतून बऱ्याच प्रमाणात शिक्षण व गरिबी हे दोन घटक एकमेकांवर कसे आधारित आहेत याविषयी बऱ्याच प्रमाणात विवेचन करता येऊ शकते.

सामान्य परिस्थिती अन् गरिबीजन्य परिस्थिती

महाराष्ट्रातील गरिबीच्या संदर्भात बरीचशी परिस्थितीच्या संदर्भातील व परस्परविरोधी विधाने केली जातात व वरकरणी विचार केल्यास ती विधाने खरी आहेत असेही वाटू लागते.

महाराष्ट्र राज्य हे सर्व बाबतीत प्रगत राज्य मानले जाते. महाराष्ट्राची राजधानी मुंबई ही आहे. चित्रपटसृष्टी मुंबईत आहे. शेअरबाजार आहे, देशात

जागेचा सर्वाधिक भाव मुंबईत आहे. इतर राज्यातील तरुण मुंबईकडे रोजगाराच्या संधीसाठी स्थलांतरीत होतात. रोजच्या रोज हजारो लोकांचे येणे ही मुंबईसाठी व महाराष्ट्रातील प्रशासनासाठी डोकेदुखी ठरलेली आहे. मुंबई, पुणे, नागपूर, सोलापूर, नाशिक, भुसावळ, इगतपुरी, मनमाड. चंद्रपूर या सर्व राज्यातील लोक तेथे नोकरीसाठी व अन्य काही रोजगार मिळविण्यासाठी आलेले दिसून येतात. इतर राज्यातील लोकांच्या मानाने महाराष्ट्रात येऊन नोकरी मिळविणे ही सन्मानाची बाब समजली जाते. त्यामानाने महाराष्ट्रातील व्यक्ती इतर राज्यात क्वचित स्थलांतर करताना दिसतात व केले तरी ते तात्पुरते असते.

जेव्हा जेव्हा मी स्वत: काही कामासाठी किंवा परिषदेला उपस्थित राहण्यासाठी अन्य राज्यातील शहरात जातो तेव्हा तिथली बकाली डोळ्यांना खुपल्याशिवाय राहत नाही. गोरखपूर, बनारस, लखनौ, कानपूर येथील सामान्य जनजीवन व महाराष्ट्रातील कोणत्याही शहरातील सामान्य जनजीवन यात बरीच तफावत आढळते. इतर राज्यातील कोणत्याही परिस्थितीपेक्षा महाराष्ट्र हा निदान दर्शनी तरी गबाळा व गरीब वाटत नाही ही वस्तुस्थिती आहे. अगोदरच सांगितल्याप्रमाणे गरिबी ही सापेक्ष संकल्पना आहे. तुलना करूनच गरिबी आणि श्रीमंती या संकल्पना निश्चित कराव्या लागतात.

महाराष्ट्रातील कोणत्याही शहरांचा अभ्यास केल्यास भेळ विकणारे, कुल्फी विकणारे हे उत्तरप्रदेशीय आहेत, स्टेशनरी व्यवसायात गुजराती लोक मोठ्या प्रमाणात आहेत, तर सराफी व्यवसाय व इतर वस्त्र उद्योगात राजस्थानातून आलेल्या लोकांचा भरणा अधिक आहे. अर्थात या देशातील कोणत्याही व्यक्तीला कोठेही जाऊन व्यापारउदिम व नोकऱ्या करण्याचा अधिकार आहे. त्यामुळे येथे प्रादेशिकतावाद मुद्दाम जोपासण्याचा हेतू नाही; पण त्यामानाने इतर राज्यात किती प्रमाणात महराष्ट्रातील लोक आहेत ?

अहमदाबाद, सुरत, बडौदा, झाशी, बनारस, ग्वाल्हेर येथेच फक्त पारंपरिकदृष्ट्या राहणारे महाराष्ट्रीय लोक आहेत; पण ते देखील आर्थिकदृष्ट्या त्या त्या ठिकाणी फार महत्त्वाच्या स्थानावर नाहीत.

इतर राज्यातील लोकांच्या बोलण्यावरून असे दिसते की, महाराष्ट्रात मोठ्या प्रमाणावर औद्योगिकीकरण झालेले आहे, रस्ते सर्वत्र चांगले आहेत, दळणवळणाच्या सोयी उच्च प्रतीच्या आहेत, लोक शांत व सहिष्णू आहेत. याशिवाय तडजोडवादी आहेत. सहसा महाराष्ट्रीय व्यक्ती इतर ठिकाणी गेल्यावर भांडताना किंवा संघर्ष करताना दिसत नाहीत, उलट असेल ती परिस्थिती स्वीकारण्यावर व त्या परिस्थितीत कसे चांगले जगता येईल यावर या राज्यातील सर्वसामान्य लोकांचा भर असलेला दिसून येतो.

मोठ्या शहरात रात्रीच्या वेळी फेरफटका मारला तर सर्वत्र आबादीआबाद असावी असे दृश्य दिसते. सर्वत्र कापड दुकानात, स्टेशनरी दुकानात गर्दी असलेली दिसते, मध्यवर्ती व्यापार संकुलात मावत नाही एवढी गर्दी होते; परिणामी फेरीवाल्यांची सर्वाधिक संख्याही महाराष्ट्रातच आहे. सध्या मनोरंजनाच्या क्षेत्रात नरमगरम वातावरण आहे असे आपण म्हणतो; पण सगळी थिएटर ओसंडून वाहताना दिसतात. संध्याकाळी सहा ते साडेआठ या वेळात मध्यवर्ती रस्त्यांवरून मुंगीच्या पावलांनी चालावे लागते एवढी गर्दी असते. हॉटेलात लोकांना बाहेर वाट बघत बसावे लागते. भाजी मंडईत प्रचंड गर्दी असते. शाळा, महाविद्यालये तर गर्दीचे मुख्य केंद्रच झालेली आहेत. जळगावसारख्या ठिकाणी तर सोने-चांदीच्या दुकानात भाजी बाजारापेक्षाही जास्त गर्दी असते. लोक कांदे, बटाटे घेतल्यासारखे सोने व चांदी या गोष्टी खरेदी करतात. यात थोडीही अतिशयोक्ती नाही. कर्ज देण्याच्या वेगवेगळ्या योजनांमुळे दुचाकी आणि चार चाकींचा पाऊसच सगळीकडे पसरला आहे. महाराष्ट्रातील पुणे हे शहर भारतात सर्वाधिक दुचाकी गाड्या असणारे तर मुंबई हे सर्वाधिक चारचाकी वाहने असणारे शहर मानले जाते.

दुकानदार वेगवेगळ्या कानाकोपऱ्यातील दुकानात व्यवसाय करतात; पण सगळ्यांना गिऱ्हाईक आहे त्याशिवाय इतकी दुकाने चाललीच नसती.

सर्व शहरामंध्ये प्रचंड प्रमाणावर आरोग्याच्या सोयी आहेत मोठमोठ्या सरकारी दवाखान्यांबरोबरच वैयक्तिक डॉक्टरांच्या दवाखान्यात गर्दी प्रचंड असलेली दिसून येते. कोणत्याही देशी आणि विदेशी दारूच्या दुकानासमोर

कमीत कमी सात-आठ लोक तरी हातात नोटा घेऊन उभे असतात, तर रात्री नऊनंतर गावातल्या व गावाबाहेरच्या परमिट रूममध्ये बसायला जागा नसते व एखाद्या एस.टी. स्टँडवर असावी एवढी प्रचंड गर्दी असते.

महाराष्ट्रात हे चित्र सगळ्या मोठ्या गावात दिसून येते हे मान्य करावे लागेल. याशिवाय राष्ट्रीयीकृत व स्थानिक पातळीवर असलेल्या बँका, पतपेढ्या यांच्यातही लोक गर्दी करूनच मोठ्या प्रमाणावर लोक आर्थिक व्यवहार करताना दिसून येतात. पैसा डबल करून देतो म्हणून पैसे गोळा करणारे, निम्म्या किमतीत वस्तू देण्याचे आश्वासन देऊन पैसा गोळा करणारे, फसवेगिरीचे जमिनीचे व्यवहार करणारे, चोरट्या चारचाकी गाड्या व सोने विकणारे या सगळ्या मूल्य न मानणाऱ्या लोकांसाठी महाराष्ट्रातील प्रदेश हा सुपीक आहे. आर्थिकदृष्ट्या फसविले जाणाऱ्या लोकांचे प्रमाणही येथे जास्त आहे. या राज्यातील प्रत्येक व्यक्ती केव्हा ना केव्हा तरी आर्थिकदृष्ट्या फसवल्या गेलेल्या आहेत.

मी वर उभे केलेले हे चित्र वाचून कोणाच्याही मनात एकच विचार येण्याची शक्यता आहे आणि तो म्हणजे सगळ्या लोकांच्या सगळ्या गरजा सगळ्या येथे व्यवस्थित पद्धतीने पूर्ण होतात. गावांचा सर्वांगीण विकास झालेला तर दिसतो आहे व लोकही त्या गावात समाधानी आहेत तर मग गरिबी कोठे आहे?

पण वर्णन केलेले हे चित्र फार वरवरचे आहे. खालील मुद्दे विचारात घेतले तर निश्चितच महाराष्ट्रात गरिबी आहे हे लक्षात येईल.

(१)	लोकांवर बँका/पतसंस्था यांचे कर्ज आहे.

(२)	लोक सतत आर्थिक चिंतत असतात.

(३)	आर्थिक कारणांमुळे आत्महत्या करणाऱ्यांचे प्रमाण लक्षणीय आहे.

(४)	शैक्षणिक कर्ज घेणाऱ्या सुशिक्षितांचे प्रमाण सर्वाधिक आहे.

(५)	शिक्षणसंस्था प्रचंड; परिणामी बेकारी मोठ्या प्रमाणावर आहे.

(६)	बरेच हात रिकामे आहेत. खेडेगावात तर दिवस उजाडला की सगळे लोक एस.टी.स्टँडच्या जवळ येऊन शांत बसून राहतात ते जेवणाच्या वेळेलाच घरी येतात.

(७) मोठ्या प्रामाणावर परिस्थिती बदलावी असे लोकांना वाटत नाही. तशी त्यांची कोणाकडून काही अपेक्षाही नाही.

(८) धार्मिक ठिकाणी कायम ये-जा करणाऱ्यांचे प्रमाण जास्त आहे. शेगाव, शिर्डी, अक्कलकोट, दगडूशेठ हलवाई, सिद्धीविनायक ही देवस्थाने प्रचंड श्रीमंत आहेत व ती महाराष्ट्रातच आहेत. नियमितपणे धार्मिक ठिकाणी जाण्याने व धार्मिक कार्य करण्याने येणारी गरिबी मोठ्या प्रमाणावर आहे.

(९) सकृतदर्शनी लोक समाधानी वाटतात; परंतु आर्थिक काळजीचे प्रमाण खूप आहे.

सर्वसाधारणपणे महाराष्ट्रात हे चित्र सार्वत्रिक आहे.

५

भिकारी व बालकामगार

ज्या देशात, समाजात भिकाऱ्यांची व बालकामगारांची संख्या जास्त आहे तो देश 'गरिब देश' या संकल्पनेत मोडतो. युनिसेफच्याच अहवालानुसार भारत हा सर्वाधिक भिकारी आणि बालकामगार असलेला देश आहे. विविध प्रकारच्या समाजसेवी संस्थांच्या आकडेवारीनुसार भारतात निदान ५ कोटी तरी भिकारी आहेत व साधारणत: २ कोटीच्या दरम्यान बालकामगार आहेत.

जो विचार देशाच्या संदर्भात आहे तोच विचार महाराष्ट्राच्या संदर्भातही सांगता येईल. कोणत्याही मोठ्या शहरात फिरताना रेल्वेस्टेशन, बसस्टँड, वर्दळीची ठिकाणे, बगीचे, मंदिरे या सर्व ठिकाणी विविध प्रकारचे भिकारी भीक मागताना

दिसतात, तर या बहुतेक ठिकाणी लोक त्यांना भीक देतानाही दिसून येतात. यात काहीच शंका नाही की, भिकारी लोकांची समस्या ही अति गरिबीतून आलेली समस्या आहे. ही गरिबीची शेवटची अवस्था आहे असेही अर्थतज्ज्ञ मानतात. ज्या महाराष्ट्रात इतर सर्व क्षेत्रात विकास झालेला आहे, त्याच महाराष्ट्रात भिकारी प्रवृत्तीचाही विकास मोठ्या प्रमाणात पाहावयास मिळतो.

भिकाऱ्यांचे खालील काही प्रकार महाराष्ट्रात बघावयास मिळतात.

(१) बालभिकारी : भारतात बालभिकाऱ्यांची संख्या प्रचंड आहे. अगदी सहा महिन्याच्या मुलापासून ते १० वर्षांच्या आतील मुलांपर्यंतच्या भिकाऱ्यांना बालभिकारी असे म्हणता येईल. लोकांच्या मनात लहान मुलांबद्दल कणवेची व दयेची भावना उपजतच असते. लहान मुलांना समोर करून लोकांच्या भावनांना लवकर आवाहन केले जाते. म्हणून लहान मुलांचा वापर भिक्षा मागण्यासाठी प्रौढ भिकारी करताना दिसून येतात. मुंबई व पुण्यासारख्या महानगरात लहान मुले दिवसभरासाठी भाड्याने मिळण्याची यंत्रणा देखील निर्माण झालेली आहे. कित्येकदा आपल्या शारीरिक वैगुण्याचे प्रदर्शन करण्याचे प्रशिक्षण मुलांना दिले जाते. परिणामी जास्त प्रभावी पद्धतीने लोकांकडून भिक्षा मागितली जाते.

(२) व्यंग असणारे भिकारी : या प्रकारात आंधळे, मुके, बहिरे, लुळेपांगळे अशा भिकाऱ्यांचा अंतर्भाव होतो. ज्यांना काही शारीरिक व्यंग आहे अशांचा वापरही भिक्षा मागण्यासाठी केला जातो.

(३) **मानसिक विकृती असणारे भिकारी :** या प्रकारात प्रामुख्याने मतिमंद, वेडे असलेल्या भिकाऱ्यांचा समावेश होतो. अशा लोकांना समाजातील इतर लोकांशी आंतरक्रिया करणे शक्य नसते. तसेच त्यांच्या लायकीची काही कामेही समाजामध्ये उपलब्ध नसतात. परिणामी अशा व्यक्तींना उदरनिर्वाहासाठी इतरांवर अवलंबून राहावे लागते किंवा इतर लोक त्यांचा उपयोग भिक्षा मागण्यासाठी करून घेतात. कोणत्याही प्रकारच्या जाणिवा नसल्यामुळे अशा लोकांना भिक्षा मागण्यात कमीपणा वाटण्याचे काहीच कारण नसते.

(४) **रोगग्रस्त भिकारी :** असाध्य रोगाने जर्जर झालेल्या लोकांचा तर भिक्षा मागणे हा जन्मजात अधिकारच समजला जातो. अशा व्यक्तींच्या जवळ जाण्याचे धाडस सामान्य लोकांना होत नाही. परंतु त्यांच्याबद्दल दया मात्र निर्माण होत असते. उदा. कुष्ठरोगी, आजारी अशांचा समावेश या प्रकारात करता येईल. अशा व्यक्तींना भिक्षा मिळण्याची शक्यताही जास्त असते.

(५) **सुदृढ प्रकृतीचे भिकारी :** ज्यांना कोणतीही विकृती नाही व जे शारीरिकदृष्ट्या सर्वसामान्य लोकांसारखे सबळ आहेत अशांचा समावेश या प्रकारात होतो. या व्यक्ती अशिक्षित असल्यामुळे किंवा कोणतेही करण्याजोगे काम त्यांना न मिळाल्याने नाईलाजाने ते भिक्षा मागतात किंवा अति आळसामुळेही या वर्गातील लोक भिक्षा मागताना दिसून येतात. कित्येकदा भिक्षा मागताना एखादा घराची रचना बारकाईने न्याहाळून हे भिक्षेकरी रात्री चोऱ्यामाऱ्याही करताना दिसून येतात.

(६) धर्माच्या नावावर मागणारे : भारतीय समाजात धार्मिक भावना इतर देशांपेक्षा जास्त असल्यामुळे व धर्माच्या नावावर भिक्षा देणे याला 'दानधर्म' असे गोंडस नाव असल्यामुळे वेगवेगळ्या स्तरावरचे भिकारी या प्रकारात भिक्षा मागताना दिसून येतात. हा वर्ग बुद्धिमान असतो. त्यांना भिक्षा देणाऱ्या लोकांचे मानसशास्त्र व्यवस्थित समजलेले असते. देवदेवतांचे फोटो पुढे करून, मंदिर बांधण्याच्या नावाखाली

तर कधी तीर्थयात्रा करण्याच्या व नवस फेडण्याच्या नावाखाली हे लोक भिक्षा मागतात. सोमवार, गुरूवार, शनिवार या दिवशी तर धार्मिक भिक्षेकऱ्यांची संख्या जास्त असते. गावातील प्रसिद्ध मंदिराभोवती भिकाऱ्यांचे आक्रमण झालेले असते. तर बरेचदा या वर्गातील लोक घरोघरी फिरून देवदेवतांच्या नावाने ओरडत भिक्षा मागताना दिसून येतात.

(७) साधु वर्गातील भिकारी : साधु, बैरागी किंवा फकीर यांचा वेष धारण केला असता भिक्षा मिळणे सोपे होते, याची जाणीव असल्यामुळे ग्रामीण समाजात व्यक्ती तसा वेष धारण करून भिक्षा मागताना आढळतात. ग्रामीण समाजात धार्मिकता मोठ्या प्रमाणात असल्यामुळे तिथे धार्मिक आवाहन करून भिक्षा मिळविणे सोपे असते. कित्येक

साधु आपल्या शिष्यांसह ग्रामीण भागात महिनोंमहिने राहताना दिसून येतात. आपल्याजवळ काही अलौकिक शक्ती आहे याचा प्रचार ते

पद्धतशीर करताना दिसून येतात. यापैकी कित्येक भिक्षेकरी हातचलाखीचे प्रयोग करून स्त्रियांना आपल्या नादी लावून अनैतिक कृत्येही करताना दिसून येतात.

(८) **मजुरी करणारे भिकारी** : मोठ्या शहरांमधून अनामिकता असते. व बहुसंख्य लोक स्थलांतरित झालेले असतात. कित्येक शहरात रात्री कारखान्यात काम करून काही लोक दिवसा भिक्षा मागताना दिसून येतात. प्रामुख्याने नोकरीमध्ये अपुरी कमाई असल्यामुळे त्यांनी हा मार्ग पत्करलेला असतो.

याशिवाय वेगवेगळ्या अनेक कारणांनीही लोक भिक्षा मागताना आढळतात.

महाराष्ट्रात सर्वदूर भिक्षा मागणारे भिकारी दिसून येतात. काही प्रमाणात शहरी समाजात घरोघर जाऊन भिक्षा मागणे कमी झाले आहे; परंतु एखाद्या देवळाच्या भोवती, सार्वजनिक ठिकाणी, बसस्टँड, एखादे मार्केट, गावातला मोठा हमरस्ता या ठिकाणी भिकारी लोकांना गाठून वेगवेगळ्या कारणांनी भिक्षा मागताना दिसून येते. महाराष्ट्रातील मुंबई, पुणे, इगतपुरी, मनमाड, भुसावळ, शेगाव, बडनेरा, नागपूर, कोल्हापूर, दौंड, सोलापूर, नासिक रोड या सर्व रेल्वेस्टेशनचा आढावा घेतला तर असे लक्षात येते की, रेल्वेस्टेशन ही भिकाऱ्यांच्या रहिवासाची जागा झालेली आहे. या सर्व ठिकाणी ते स्टेशनात राहतात व दिवसभर त्या गावात सर्वत्र फिरून भिक्षा मागतात.

आम्ही समाजशास्त्राचे प्राध्यापक वर्गात सामाजिक समस्या या विषयांतर्गत समाजातील विविध प्रकारच्या समस्यांचा अभ्यास शिकवितो. प्रामुख्याने आम्ही विविध पुस्तकांचा आढावा घेऊन वर्गात त्या त्या समस्या विद्यार्थ्यांना समजावून सांगण्याचा प्रयत्न करीत असतो. तसा आमचा विषय हा field work (क्षेत्रिय कार्य) करण्यावर जास्त भर देणारा आहे. प्राध्यापक हा काही समाजसुधारक नाही. आहे त्या समस्या निर्मूलनासाठी त्याने काही प्रयत्न करावे असे अपेक्षित नसले तरी सध्या समाजात या समस्या कशा प्रकारच्या आहेत, सद्य:स्थितीत त्या समस्यांचे स्वरूप कशाप्रकारचे झालेले आहे, हे समाजात राहून बघण्याचा

प्रयत्न समाजशास्त्राचा प्राध्यापक करतो. भिकारी समस्या आहे की व्यवस्था हे अगोदर समजावून घेताना असे दिसून येते की, भिकाऱ्यांमुळे कोणताही समाज गरीब दिसून येतो. समाजातील गरीब भिकाऱ्यांमुळे सगळ्या जगासमोर टांगली जाते. समाजशास्त्रात आम्ही 'व्यवस्था' व 'समस्या' हे दोन शब्द काळजीपूर्वक वापरतो. प्रत्येक समाजाची जगण्याची एक स्वतंत्र व्यवस्था असते. या व्यवस्थेअंतर्गत वेगवेगळ्या संस्था, समाजातील मूल्ये यांचा समावेश होतो. लोकांनी कसे जगावे याविषयीचे नियम फार विचारपूर्वक ठरविले जातात व त्यानंतर ते पिढ्यान्पिढ्या संक्रमित केले जातात. एकदा काळजीपूर्वक जीवन कसे घालवावे याचे आराखडे ठरवून घेतल्यानंतर त्यात बदल घडवून आणणे कठीण असते.

समाजशास्त्रामध्ये 'भिकारी' या वर्गाला आम्ही समस्या मानतो. भिकाऱ्यांमुळे समाज अतिशय गरीब आणि दयनीय दिसतो. तसेच त्यामुळे केवळ त्या भागाचेच नाही तर देशाची लक्तरे वेशीवर टांगली जातात. महाराष्ट्रात मुंबईचे गेट वे ऑफ इंडिया, सर्व रेल्वेस्टेशन, औरंगाबादचा बिवी का मकबरा, वेरुळ, अजिंठा या ठिकाणी परदेशातील पर्यटकांचा वावर फार मोठ्या प्रमाणात आहे. तेथे त्यांच्या मागे भिकारी लागलेले दिसतात. काही ना काही भीक मिळाल्याशिवाय ते त्यांचा पिच्छा सोडत नाहीत. काही भिकाऱ्यांनी तर त्यासाठी दोन–चार इंग्रजी शब्दही शिकून घेतलेले आहेत. ते इंग्रजीत भीक मागतात. त्यामुळे इथे येणारे पर्यटक विशेषत: परदेशी लोक या देशाला भिकाऱ्यांचा देश समजतात. परदेशी पर्यटकांचा विचार थोडासा बाजूला ठेवला तरी सर्व महत्त्वाच्या देवस्थानाच्या समोर भिकाऱ्यांचे अड्डे निर्माण झालेले दिसून येतात.

मला स्वत:ला या प्रश्नाचे आकर्षण निर्माण झाले आणि काही काळ मी भिकाऱ्यांच्या संशोधनामध्ये स्वत:ला झोकून दिले. सखाराम, साधुबोवा यासारखे जळगावातील काही भिकारी माझे ओळखीचे आहेत. त्यांच्या मदतीने गावातील विविध ठिकाणे, रेल्वेस्टेशन तसेच पुणे, मनमाड, इगतपुरी, भुसावळ इथली रेल्वेस्टेशने इथे प्रत्यक्ष काही काळ घालवून मी भिकाऱ्यांचा अभ्यास करून

माझी काही निरीक्षणे नोंदविण्याचा प्रयत्न केला. आपण वर्गात शिकवितो त्यापेक्षा प्रत्यक्ष समाजात या समस्येचे स्वरूप काय आहे? ही समस्या सर्वसामान्य लोकांना कशी वाटते? भिकारी गरिबीमुळे भीक मागतात की त्यांनी भीक मागावी म्हणून तुमच्या-आमच्यासारखे सर्वसामान्य लोक त्यांना प्रोत्साहन देतात? या सर्व गोष्टींचा आढावा घेण्यासाठी मी काही काळ स्वत:ला या अभ्यासविषयात झोकून दिले. जी काही भिकाऱ्यांची निरीक्षणे मी नोंदविली ती आमचे औरंगाबादचे प्रकाशक मित्र श्रीकांत उमरीकर यांना फार आवडली. त्यांच्याच 'जनशक्ती वाचक चळवळ' या प्रकाशन संस्थेतर्फे 'आलो जन्मभरी मागाया' हे पुस्तक प्रकाशित झाले.

'आलो जन्मभरी मागाया' हे पुस्तक प्रामुख्याने भिकाऱ्यांच्या निरीक्षणावर आधारित आहे. त्यासाठी मी सामाजिक शास्त्रातील 'participant observation' किंवा सहभागी निरीक्षण ही पद्धती वापरली. म्हणजे स्वत:च भिकारी म्हणून त्यांच्यात राहून त्यांच्याविषयीची निरीक्षणे नोंदविणे. भिकाऱ्यांबराबेर मी काही रेल्वेस्टेशनवर राहिलो. सदर पुस्तकाचे प्रकाशन औरंगाबाद रेल्वेस्टेशनवर एका भिकाऱ्याच्याच हस्ते केले. या पुस्तकाचा बराच गवगवा झाला. टाईम्स ऑफ इंडिया या इंग्रजी वर्तमानपत्रासह सर्व पेपर्सनी या उपक्रमाचे कौतुक केले. मराठीतील सर्व ठळक बातमीच्या वाहिन्यांनी हे वृत्त टीव्हीवर दाखविले.

या सगळ्या उपक्रमाचा उद्देश ज्यांच्याबद्दल आपल्याला माहिती मिळवायची आहे थेट त्यांच्यात जाऊनच ती मिळविणे हा होता. प्रसिद्धी वगैरे गौण गोष्टी होत्या. माझ्या हेदेखील लक्षात आलं की आम्ही ज्या समस्या शिकवितो त्या भिकाऱ्यांच्या नसतातच, तर भिकारी नसलेल्या तुमच्या-आमच्या असतात. त्यामुळे पांढरपेशा समाजात त्या समस्यांचा फारच एकांगीपणाने विचार केला जातो. आज अनेक भिकारी माझे मित्र बनलेले आहेत. त्यांच्याबरोबर मी कुठेकुठे जातो, कधी माझ्या गाडीत तीन-चार भिकारी एकदम बसवून त्यांना लांब कुठेतरी फिरवून आणतो. (हे सगळे अनुभव पुस्तकात लिहिले आहेत.) काही भिकारी माझ्या घरीही येतात. त्यावरून मी सांगू शकतो की, ही समस्या किंवा

भिकाऱ्यांची गरिबी दिसणारी वेगळी अन् प्रत्यक्षातील वेगळी आहे. त्यांच्या स्वत:च्या समस्या वेगळ्याच आहेत. मुळात भारतीय समाजात भिकारी ही समस्या नसून व्यवस्था (system) आहे आणि व्यवस्था याचा अर्थ समाजातील बहुसंख्य व्यक्तींनी स्वीकारलेली अवस्था. आम्हाला सर्वत्र भिकारी दिसतात. त्यांचे दैन्य दिसते; परंतु त्याबद्दल विशेष काही वाटत नाही. त्याचाच अर्थ भिकाऱ्यांचे अस्तित्व आम्ही मनोमन स्वीकारलेले आहे. उलट काही ठिकाणी भिकारी दिसले नाहीत तर आमची नजर त्यांना शोधत राहते. जितके जास्त भिकारी तेवढे त्या भागातील लोक दानशूर व श्रीमंत असेही आम्ही मानतो.

भिकाऱ्यांबद्दल समाजातील सर्वसामान्य लोकांची मते खालीलप्रमाणे असतात.

(१)	भिकाऱ्यांमुळे समाज दरिद्री वाटतो.

(२)	भिकारी समाजात रोगराईचा प्रसार करतात.

(३)	भिकारी काहीही काम न करता केवळ भीकच मागतात.

(४)	भीक मागणे हा त्यांच्या सवयीचा भाग बनून गेला आहे.

(५)	भिकाऱ्यांना भीक देणे म्हणजे एदी लोकांची संख्या वाढविणे होय.

(६)	भिकाऱ्यांना पोलिसांनी थेट जेलमध्ये टाकावे.

(७)	सार्वजनिक ठिकाणावरून भिकाऱ्यांना हुसकावून देण्यासाठी बळाचा वापर करावा.

(८)	भिकाऱ्यांचे निर्बीजीकरण करावे, जेणेकरून त्यांना अपत्ये होणार नाहीत.

(९)	भिकाऱ्यांमुळे समाजाची व देशाची अब्रू वेशीवर टांगली जाते.

(१०)	रेल्वे स्टेशन, बस स्टेशन, देवालये, बगीचे, सार्वजनिक जागा इतर ठिकाणी मोकळेपणाने वावरण्याची सोय राहिली नाही.

(११)	भिकारी लोचट असतात. स्वत:च्या जखमांचे प्रदर्शन करून ते लोकांच्या मनात किळसवाणी भावना निर्माण करतात.

(१२)	भिकारी लहान मुले पळवितात. त्यांना आंधळे व अपंग करतात व भीक मागायला लावतात.

(१३) लोक भीक देतात म्हणून भिकारी निर्माण होतात. लोकांनीच भिक्षा देणं थांबविलं पाहिजे.

आमच्या भिकाऱ्यांबद्दलच्या भावना वरीलप्रमाणे असतात. मी स्वत: एकदा भिकाऱ्यांच्या समस्या कोणत्या आहेत हे त्यांच्याचकडून जाणून घेण्यासाठी 'सखाराम' या भिकाऱ्याबरोबर बसलो होतो. भिकारी त्यांच्या समस्या सांगत होते आणि मी आश्चर्याने ऐकत होतो. त्या समस्या अशा होत्या...

(१) रेल्वेस्टेशनवर आम्हाला प्रशासनाने वेगळा निवारा बांधून द्यावा.

(२) जे पूर्वीपासून या ठिकाणी भीक मागतात त्यांनाच भीक मागण्याची परवानगी द्यावी. परप्रांतीय भिकाऱ्यांना थारा देऊ नये.

(३) आजकाल कोणीही उठतो अन् भिकारी बनतो. आमच्या धंद्यात फार स्पर्धा निर्माण झालेली आहे.

(४) आमची शौचालये व स्वच्छतागृहे वेगळी बांधून द्यावीत.

(५) बरेचदा पोलीस हाकलून देतात, तसे करू नये.

(६) गावातील अनेक मंदिरात वेगवेगळे लोक अन्नदान करीत असतात त्याची माहिती इथे आम्हाला नसते. त्यामुळे आम्ही उपाशी राहतो. त्यामुळे कोण, केव्हा अन्नदान करणार आहे याची माहिती मंदिराच्या पूजाऱ्याने आम्हाला सांगावी.

(७) आम्हीही जिवंत माणसेच आहोत. त्यामुळे लोकांनी उरलेले, विटलेले अन्न आम्हाला देऊ नये. त्यापेक्षा पैसे द्यावेत म्हणजे आम्हीही मोकळे अन् तेही मोकळे.

(८) रेल्वेत प्रवास करताना आम्ही संडासाच्या मधल्या बोळीत बसतो. लोकांना आमची कोणतीही अडचण होत नाही तरीही बरेचदा टी.सी. आम्हाला गाडीतून ढकलून देतात.

प्रत्यक्ष भिकाऱ्यांच्या तोंडून त्यांच्या समस्या ऐकताना मला प्रश्न पडला होता की, आम्ही समजतो त्या समस्या खऱ्या की हे सांगतात त्या खऱ्या.

म्हणजेच समस्येबद्दल दोन दृष्टिकोन निर्माण होतात. जे प्रत्यक्ष समस्याग्रस्त असतात. त्यांच्या समस्या वेगळ्या असतात व ज्यांचा त्या समस्येशी काही संबंध नसतो त्यांच्या समस्याग्रस्तांबद्दलच्या समस्या वेगळ्या असतात.

आपण आपल्या लहानपणी आजी, आजोबा, आई यांच्याकडून ज्या काही कथा ऐकलेल्या असतात त्या भिकाऱ्याला भीक देणे कसे आवश्यक आहे याचे समर्थनच करतात. काही काही कथांमधून तर भीक दिली नाही म्हणून न देणाऱ्याला कोणत्या यातना भोगाव्या लागतात याचेही वर्णन केलेले असते.

थोडक्यात, आपण जेव्हा वयात येतो तेव्हा भिक्षा देण्याची प्रवृत्ती ही आपल्या रोजच्या वर्तनानेच एक भाग बनून जाते. जेव्हा आपल्याजवळ थोडेबहुत पैसे येतात तेव्हा आपण स्वत:ला भीक देण्यासाठी पूर्णपणे लायक झालो आहोत असे समजतो.

मी औरंगाबादला विद्यापीठात शिकत असताना तेथील नगरपालिकेने घेतलेल्या निर्णयानुसार गावातले सगळे भिकारी जमा करून त्यांना पैठणला जायकवाडी धरणाच्या कामावर नेण्यात आले. तिथे त्यांना जो सरकारी कामाचा दर होता त्याप्रमाणे रोजगार मिळत होता; परंतु चार–पाच दिवसातच कंटाळून ते पळून आले व पूर्ववत आपल्या जुन्या ठिकाणी बसून भीक मागू लागले. त्यांना विचारले तेव्हा त्यांनी सांगितले की, धरणावर टोपल्या वाहण्याचे कष्टाचे काम करावे लागते व अशा कामाची आम्हाला सवय नाही.

म्हणजे भीक मागणे हा प्रवृत्तीचाच भाग आहे की काय?

महाराष्ट्रात प्रचंड प्रमाणात भिकारी आहेत यात शंका नाही. परंतु त्यामुळे जी व्यापक गरिबी सगळ्या समाजात दिसून येते तिला आपणच मोठ्या प्रमाणात जबाबदार आहोत.

मुंबई भिक्षावृत्ती कायद्यानुसार, ज्या व्यक्तीजवळ स्वत:च्या उपजीविकेचे साधन नाही आणि जी दारोदार काहीतरी मागत भटकत असते किंवा सार्वजनिक स्थानावर उभी असते किंवा भीक मागण्याचा उद्देश साध्य व्हावा म्हणून स्वत:चे ओंगळ प्रदर्शन घडवित असते त्या वृत्तीला भिक्षावृत्ती असते म्हणतात.

(Beggary refers to the occuption of a person without means of subsistance and wandering about or found on public places of allowing himself to be used and exibit for the purpose of begging - The Bombay beggary act. (1945)

महाराष्ट्रात बाल भिक्षेकऱ्यांची संख्या मोठी आहे. महाराष्ट्रातील गरिबी या मुख्य विषयाचा अभ्यास करीत असताना असे सांगावे लागेल की, गरिबी आणि भिकारी यांचा फार जवळचा संबंध आहे. भिकारी जास्त असले की तो समाज गरीब व ओंगळवाणा आहे अशी प्रतिमा सर्वत्र निर्माण होताना आढळून येते. जितके जास्त भिकारी तेवढी त्या देशात गरिबी जास्त आहे असे सरसकट विधान केले जाते. आपण जेव्हा भारतात सर्वत्र फिरतो तेव्हा आपल्याला प्रत्ययला ते येते. बनारस, हरिद्वार, दिल्लीला इंडिया गेट, कुतुबमिनारजवळ, बंगलोरला वृंदावन गार्डनसमोर, अहमदाबादला लॉ गार्डनसमोर, औरंगाबादला मकबऱ्यासमोर, वेरूळ अजिंठ्यासमोर, लखनौला अमीनाबाद बाजाराच्या सुरवातीला तर त्रिवेंद्रम कोवालम बीचवर, गोव्यात सर्वत्र भिकाऱ्यांचे साम्राज्य असलेले दिसून येते. याच सर्व ठिकाणी विदेशी पर्यटक येत असल्यामुळे तिकडे भारतातील भिकारी व त्या अनुषंगाने असलेली गरिबी यांचे विकृत चित्रण केलेले दिसून येते.

अर्थात केवळ गरिबी आणि भिकारी यांचा तसा काही संबंध नाही. तर भिकारी म्हणून समाजात जिवंत राहणे अशीच वेगळी एक व्यवस्था आहे. एकदा भिकारी म्हणून जीवन जगायला सुरुवात केल्यानंतर मग त्या व्यक्तीला कितीही पैसा मिळाला तरी भिक्षेकरी राहण्याशिवाय दुसरा पर्याय नसतो. मी पाहिलेल्या भिकाऱ्यांत कित्येक भिकारी बँकेत खाते असणारे होते व त्या खात्यात त्यांचे लाखो रुपये जमा होते. लोक भीक देतात म्हणून मागणारे मागतात ही वस्तुस्थिती माझ्या लक्षात आली.

भीक मागणं ही जशी भिकाऱ्यांची गरज आहे त्याचप्रमाणे भीक देणं ही समाजात राहणाऱ्या लोकांचीही गरज आहे. कदाचित कोणावर तरी दया केल्यामुळे आपलाही अहंभाव सुखावत असावा. आपल्या दानधर्माच्या भावना पूर्ण व्हाव्यात

म्हणून कोणीतरी भिकारी झालेलं आहे हे लक्षात ठेवावे लागेल. चिवटपणा हे भिकाऱ्यांचे महत्त्वाचे वैशिष्ट्य आहे. भिकाऱ्याने आत्महत्या केलेली आहे असे कधीही घडणार नाही. वाट्टेल ते करून जिवंत राहणे व जिवंत राहण्यासाठी स्वत:चे काही नियम निर्माण करणे हे काम भिकाऱ्यांचा वर्ग करताना दिसून येतो. भिक्षावृत्तीची समस्या ही गुंतागुंतीची समस्या आहे. लोक भीक का मागतात? याचा शोध ही खरोखरच अतिशय मनोरंजक बाब आहे. या जगात प्रत्येक व्यक्तीला स्वत:चा अभिमान व स्वाभिमान असतो तसेच व्यक्ती आपला अहंभाव (ego) जपण्याचा जीवापाड प्रयत्न करतात. वेळप्रसंगी लोक मरण पत्करतात; पण अपमान सहन करीत नाहीत. झालेल्या अपमानाचा बदला घेण्यासाठी, सूड घेण्यासाठी लोक परस्परांवर वर्षानुवर्षे टपून बसलेले दिसून येतात; पण त्याच जगात स्वाभिमान, अहम् याचा त्याग केलेले भिकारी कसे राहतात? गरिबी आणि वाट्टेल त्या परिस्थितीत केवळ जिवंत राहण्याची वृत्ती या भावना या प्रश्नाच्या मुळाशी असलेल्या दिसून येतात.

भिक्षेकरी समस्येची अनेक कारणे असली तरी मुख्य कारण गरिबी हेच आहे. ज्याप्रमाणे गूळ तिथे मुंगळे असतात त्याचप्रमाणे जिथे विकास नसतो तिथे भिकाऱ्यासारख्या समस्याही असतात. जितके जास्त भिकारी तेवढा समाज जास्त गरीब असतो. आपल्याकडे परदेशी जाऊन आलेले लोक मोठ्या अभिमानाने त्यांना तिकडचे देश श्रीमंत आहेत हेच सांगतात. अति गरिबी व भिक्षेकरी यांचा असा जवळचा संबंध आहे.

बालकामगार

बालकामगारांची समस्या देखील गरिबी दर्शविते. 'युनिसेफ' या मुलांच्या संदर्भात काम करणाऱ्या जागतिक संघटनेच्या मते, भारतात बालकामगारांची संख्या भयावह आहे. राज्यांचा विचार केल्यास आंध्रप्रदेश, महाराष्ट्र व मध्यप्रदेशात तुलनेने अधिक बालकामगार आहेत. बालकामगारांची समस्या तर पूर्णपणे गरिबीमुळे निर्माण झालेली समस्या आहे. याबाबतीत वेगवेगळ्या प्रकारचे कायदे

आहेत. या कायद्यांचा वापर करून बालकामगारांना त्यांच्या कामापासून परावृत्त केले जाऊ शकते तसेच जे लोक लहान मुलांना कामावर ठेवतात त्यांना कायद्याने जबरदस्त शिक्षा देण्याची तरतूद आहे; परंतु कायदा आणि समाजाची मते, या दोन्ही गोष्टी भिन्न आहेत. समाजमनाच्या विरुद्ध जर कायदे केले गेले तर त्याची प्रभावी अंमलबजावणी करता येत नाही. बाल श्रमविरोधी कायदा हा प्रथम १९८६ साली संमत झाला व त्यांच्यानंतर १९९४ साली त्यात सुधारणा करण्यात आली. या कायद्यातील व्याख्येप्रमाणे १६ वर्षांच्या आतील मुले व मुली जर उत्पन्न देणारे किंवा पैसा मिळवून देणारे काम करीत असतील तर त्यांना बालकामगार म्हणता येईल.

महाराष्ट्रात विविध उद्योगात व वेगवेगळ्या ठिकाणी १६ वर्षांच्या आतील बालमजूर काम करताना दिसून येतात.

मुख्यत्वे बालकामगार हे खालील ठिकाणी काम करताना आपण नेहमी पाहतो.

(१) हॉटेलात काम करणारे, चहाच्या टपऱ्यावर चहा नेणारे व देणारे,

(२) भंगार गोळा करणारे,

(३) ओरडून रद्दी विकत घेणारे त्यासाठी गावात फिरणारे,

(४) श्रीमंतांच्या घरी घरगडी म्हणून काम करणारे,

(५) बुट पॉलिश करणारी मुले,

(६) घरोघर जाऊन व स्टॉलवर वर्तमानपत्रे टाकणारी व विकणारी मुले,

(७) फटाक्याच्या कारखान्यात काम करणारी मुले,

(९) बेकारी उद्योगामुळे कामगार झालेले,

(१०) पाणीपुरी, भेळ, कुल्फी, आईस्क्रिम विकणारी मुले,

(११) रस्त्यावर ज्यूस विकणारी मुले,

(१२) वेश्याव्यवसाय करणाऱ्या अल्पवयीन मुली.

या सर्व ठिकाणी लहान मुले काम करताना आपण पाहतो. महाराष्ट्रात इतर राज्यातून येऊन किरकोळ काम करणाऱ्या मुलांची संख्याही लक्षणीय आहे. कोणत्याही समाजात बालकामगार असणे ही गोष्ट त्या समाजाच्या दृष्टीने लांछनास्पद आहे. ज्या वयात मुलांनी शाळेत जाऊन शिक्षण घ्यावयास पाहिजे, ज्या वयात हे देशाचे भावी नागरिक निरोगी वातावरणात वाढले पाहिजे, ज्या वयात त्यांना प्रोटीनयुक्त खाद्यपदार्थ खाण्याची गरज आहे, त्याच वयात ही लहान मुले जीवावर उदार होऊन काम करताना दिसतात. (जळगावजवळ पारोळा येथे नुकतीच फटाक्याच्या गोदामात आग लागली. तेथे एकूण मृत्यूमुखी पडलेल्या लोकांमध्ये १० मुले १५ वर्षांची व त्याच्याही आतील होती.)

वेगवेगळ्या कारणांमुळे लहान मुले काम करतात किंवा त्यांना काम करावयास भाग पाडले जाते. गरिबी या संदर्भातील महत्त्वाचे कारण आहे. गरिबीमुळे व्यक्तीने जिवंत राहणे हे एकच तत्त्वज्ञान महत्त्वाचे ठरते. कुटुंबातील माता-पिता जर सुरुवातीपासून काही किरकोळ काम करीत असतील आणि कुटुंबातील मुलांचे पालनपोषण करण्यास असमर्थ असतील तर अशा घरातील मुले घराबाहेर काहीतरी विकावयास बसतात. पापड, चणे, अंडी घेऊन रस्त्यावर किंवा दारूच्या दुकानासमोर विकावयास बसतात. अशी लहान मुले सुरुवातीला आपली कमाई घरात देत असल्यामुळे व घराची ती गरजच असल्यामुळे घरातील ज्येष्ठ व्यक्ती त्यांना विरोध करीत नाहीत.

मुलांच्या निरोगी सामाजीकरणासाठी संघटित कुटुंब असणे फार आवश्यक आहे. कुटुंबातील व्यक्तींच्या वर्तनाचा प्रभाव लहान मुलांवर फार लवकर पडतो. जीवनाच्या सुरुवातीच्या काळात बालकांचे आदर्श स्वतःच्या कुटुंबातील व्यक्तीच असतात. जर कुटुंबात कुटुंबप्रमुखाने घरातल्यांना वाऱ्यावर सोडून दिलेले असेल, घरात दोन वेळच्या खाण्याची भ्रांत असेल, कुटुंबातील व्यक्तींचं जर असामाजिक कामात गुंतलेले असतील व घरात मर्यादेपलिकडे जास्त मुले असतील तर त्या कुटुंबातील मुले जास्त प्रमाणात बालकामगार बनण्याची शक्यता असते.

राज्यात बालकामगार सर्वत्र असल्याचे मुख्य कारण म्हणजे विश्वासार्हता आणि वेतन हे आहे. ते सहसा काम सोडून जात नाहीत. वेळप्रसंगी होणारी शिवीगाळ व मारहाणही निमूटपणे सहन करतात. तसेच त्यांना द्यावे लागणारे वेतन अत्यल्प असते. परिणामी छोट्या छोट्या उद्योगांना लहान मुलांना कामावर ठेवणे परवडते. बरेचदा स्वत:च्या बुद्धिमत्तेनेच लहान मुले एखादे काम निवडतात. कोणत्याही मध्यम शहराच्या मध्यवर्ती भागात जिथे लोक स्वत:ची दुचाकी, चारचाकी वाहने पार्क करतात तेथे लहान मुले गाड्या पुसण्याचे काम करताना दिसतात. कोणत्याही सिनेमा थिएटरमध्ये सायकलस्टँडवर काम करणारी मुले उत्साहाने ते काम करताना दिसतात व पैसा मिळवितात. अशा तऱ्हेने कमी वयात जर पैसा हातात आला तर हीच मुले व्यसनी बनू शकतात व वय वाढल्यानंतर त्यांचे रूपांतर गुन्हेगारांमध्ये होऊ शकते.

लहान मुलांनी मोठ्यांची कामे करणे हे दृश्य केव्हाही करुण आहे. त्यात लहान मुलांचे शोषण तर होतेच शिवाय समाजाबद्दलच्या विकृत कल्पना त्यांच्या मनात निर्माण होतात व त्याच आधारे ही मुले समाजाकडे पाहतात.

भिकारी या समस्येला तरी गरिबीपेक्षा काही वेगळे पैलू असतात. अनेकविध कारणांनी एखादी व्यक्ती भिकारी बनू शकते; पण बालकामगार हे केवळ दारिद्र्याचेच फळ आहे. दुर्दैवाने महाराष्ट्रात सगळीकडे फार मोठ्या प्रमाणावर बालकामगार असूनही त्यांना रोखण्यासाठी कोणत्याही प्रकारची यंत्रणा नाही किंवा सामाजिक प्रबोधनही झालेले नाही.

महाराष्ट्रातील गरिबी आणि सामाजिक परिवर्तन

मनुष्य जेव्हा समाजात जीवन जगतो तेव्हा जीवन जगण्यासाठी एका विशिष्ट अवस्थेची गरज त्याच्यासाठी निर्माण होते. मानवाच्या गरजा सामाजिक असतात व गरजा पूर्ण करण्याची साधने देखील सामाजिक असतात. केवळ पैसा आहे म्हणून व्यक्तीला तो पैसा कसा खर्च करावा ? याविषयीचीही एक सामाजिक जाणीव समाजात अस्तित्वात असते व त्या चौकटीतच आपल्या गरजा आणि खर्च यांचा मेळ व्यक्तीला मेळ बसवावा लागतो. जेव्हा जीवन जगण्याच्या

संकल्पना बदलतात तेव्हा त्यांच्याबरोबर व्यक्तीच्याही जीवनात परिवर्तन होणे आवश्यक असते.

गरीब, मध्यमवर्गीय व श्रीमंत हे आर्थिक दर्जावर आधारित लोकांचे पडणारे प्रकार केवळ गरजांच्या आधारावर पडत नाहीत. कारण सर्व स्तरावरील लोकांच्या गरजा तसा विचार केला तर समानच असतात. सगळेच अन्न खातात, सगळ्यांनाच वस्त्राची व निवाऱ्याची गरज आहे. सगळ्यांनाच लैंगिक गरजाही असतात; परंतु गरजा समान असूनही त्या पूर्ण करण्याच्या साधनांमध्ये आर्थिक वर्णानुसार फरक पडत जातो. म्हणजेच आर्थिक आधाराचा प्रमुख घटक सामाजिक मूल्ये आहेत हे लक्षात येते.

समाजात नेहमी बदल होतात, आहे ती अवस्था कधीही प्रदीर्घकाळ टिकून राहत नाही. जेथे मानवी समाज आहे तेथे परिवर्तन किंवा बदल या गोष्टी अटळ आहेत. कालचा समाज आज नाही तर आजचा समाज उद्या राहणार नाही. मानवाच्या इच्छेविरुद्ध मानवाचे वय वाढत जाते. वयाच्याच आधारावर आपण लोकांमध्ये मुलगा, तरुण, प्रौढ, वृद्ध असा फरक करतो हा नियम जसा मानवी शरीराबद्दल आहे तसा तो मानवी समाजाबद्दलही आहे. समाजाच्या कालमानानुसार गरजा वाढतात. त्यांचा उपभोग घेण्याची मानवी प्रवृत्ती अस्तित्वात येते. त्या अनुषंगाने जुनाट प्रथा कालबाह्य होतात व नवीन निर्माण होतात. जुन्यांचा नाश व नव्याचा स्वीकार हे चक्र मानवी समाजात सतत सुरू असते. मात्र हे परिवर्तन सर्व प्रकारच्या समाजांमध्ये सारख्या पद्धतीने होत नाही. काही समाजामध्ये बदल फार मंद गतीने होतात, तर काही समाजांमध्ये बदल वेगाने होतात. औद्योगिक व वैज्ञानिक समाजामध्ये अतिशय वेगाने बदल होतात त्या तुलनेने आदिवासी समाजात ते मंद गतीने होतात.

या सर्व बदलामागची मुख्य प्रेरणा आर्थिक आहे असे म्हणावे लागेल. अलीकडच्या काळात तर आर्थिक बदलांनाच सामाजिक बदल मानले जाऊ लागलेले आहेत; पण सामाजिक बदल ही संकल्पना याहून व्यापक आहे. व्यक्तिगत आर्थिक घटक प्रथम बदलतात व त्या अनुषंगाने व्यक्ती सामाजिक

घटकात परिवर्तन घडवून आणते. व्यक्तीमध्ये जे स्तरीकरण असते ते जाती व वर्ग व्यवस्थेच्या आधारावर असते. समाजात सगळ्या व्यक्ती समान नसताच तर, काही श्रेष्ठ व काही कनिष्ठ असतात. सध्याच्या वर्तमान समाजात व्यक्तीमधील वर्गसंबंधाला जास्त महत्त्व आलेले आहे.

वर्तमान समाज हा यापूर्वी कधीही नव्हता इतका अर्थव्यवस्थेबरोबर घोटाळणारा झालेला आहे. व्यक्ती-व्यक्तींचे परस्परसंबंध हे पैशावर निर्माण होतात व व्यक्तींच्या आर्थिक क्रियांना सगळ्यात जास्त महत्त्व येते. पैसा असणाऱ्या व्यक्तीला सगळ्यात जास्त किंमत व कमी पैसा असणारे कमी महत्त्वाचे ही अवस्था आलेली आहे. याचाच दुसरा अर्थ सामाजिक परिवर्तनात अर्थकारण फार महत्त्वाची भूमिका पार पाडीत आहे.

महाराष्ट्रीय समाजाचा विचार केल्यास असे सांगता येईल की, संस्कृती व मूल्यांपेक्षाही जास्त किंमत पैशाला आलेली आहे. त्यामुळे नातेसंबंधही प्रभावित होतात. ज्या वृद्ध व्यक्तीजवळ पैसा नाही त्या व्यक्तीला सांभाळायला त्याच्या घरचेही तयार नसतात असे चित्र आज निर्माण झालेले आहे. त्यामुळे सामाजिक जीवनाच्या प्रत्येक क्षेत्रात गरिबी आणि श्रीमंती यांना महत्त्व आलेले आहे. अगोदरच्या २०० वर्षात जेवढे परिवर्तन झाले नव्हते तेवढे परिवर्तन गेल्या ५० वर्षात झालेले आहे. भारतात १९९१ पासून खऱ्या अर्थाने आर्थिक उदारीकरणाची सुरुवात झाली. त्यावेळचे भारताचे अर्थमंत्री आणि सध्याचे पंतप्रधान डॉ. मनमोहनसिंग यांनी त्यावेळी बिघडलेली व कोलमडलेली भारताची अर्थव्यवस्था सावरण्यासाठी भारताला जगाच्या बरोबर राहावे लागेल असे प्रतिपादन केले. भारताच्या घटनेप्रमाणे हा देश कल्याणकारी राज्य निर्माण करण्यासाठी कटीबद्ध आहे. देशातील लोकांच्या सर्व गरजा पूर्ण करणे ही जबाबदारी राज्य सरकारे व केंद्र सरकार यांची आहे म्हणून डॉ. मनमोहन सिंगांनी त्या काळच्या अर्थसंस्थेद्वारे खाजगीकरणाला प्रोत्साहन दिले. या देशातील व्यक्ती विशेषतः श्रीमंत व्यक्ती सरकारी उद्योगात हस्तक्षेप करू शकतात व भांडवल गुंतवणूकही करू शकतात हे धोरण भारत सरकारने स्वीकारले. त्याचबरोबर सर्व जगातच जागतिकीकरणाची

प्रक्रिया सुरू झाली. या प्रक्रियेचा स्विकार भारतीय अर्थसंस्थेलाही करावा लागला. सर्व जग एक मानून परदेशातील व्यक्तींना किंवा उद्योगांनाही भारतात उद्योग सुरू करण्याची व बाजारपेठ काबीज करण्याची परवानगी देण्यात आली. १९९१ च्या औद्योगिक धोरणात जाहीर करण्यात आले की, भारत सरकार लष्करीदृष्ट्या, देशाच्या हिताच्या संदर्भात महत्त्वाचे उद्योग स्वत: सुरू करेल आणि उरलेले सर्व उद्योगधंदे खाजगी उद्योगपतींना सुरू करण्यास परवानगी देण्यात आली. परदेशातील खाजगी उद्योगधंद्यांना देखील भारतातील उद्योगधंद्यात भांडवली गुंतवणूक करावयाची असेल तर कोणत्याही उद्योगधंद्यात ५१% पर्यंत थेट गुंतवणूक करण्याची परवानगी देण्यात आली. परिणामी भारतीय वस्तूंनाही जगातील बाजारपेठ खुली झाली. भारत सरकारने उदारीकरणाचा एक भाग म्हणून खाजगी वाहतूक कंपन्या किंवा भारतातील इतर कंपन्यांना भारतात व भारताबाहेर पर्यटनाच्या सहली आयोजित करण्याची परवानगी दिलेली आहे. त्यामुळे भारतात पर्यटन व्यवसायाची वाढदेखील १९९१ नंतर झपाट्याने झालेली दिसून येते. या देशाच्या अर्थव्यवस्थेने उदारीकरणाचे धोरण स्वीकारल्याने परदेशातील सेवा भारतात आणणे किंवा भारतातील सेवा परदेशात पाठविण्यावरील सर्व बंधने शिथिल करण्यात आली. त्यामुळे विविध प्रकारच्या सेवांची देवाणघेवाण करणे सहज शक्य झाले आहे. भारताच्या दूरसंचार सेवेने भारताने अवकाशात सोडलेल्या उपग्रहांद्वारे जगातील कोणत्याही देशाशी फोन सुविधा जोडून दिली त्याला आय.एस.डी. म्हटले जाते. आपण जगातील कोणत्याही ठिकाणी बी.एस.एन.एल.च्या फोनद्वारे बोलू शकतो. याचा फायदा सर्वसामान्य नागरिकांना मोठ्या प्रमाणात झालेला दिसून येतो. तसेच मोबाईल क्रांतीही या देशात फार मोठ्या प्रमाणात झाली. सुरुवातीला व्यक्तीजवळ मोबाईल असणे ही चैन होती नंतर नंतर ती व्यक्तीची महत्त्वाची गरज बनलेली दिसून येते. आता तर देशात जवळजवळ प्रत्येक जिवंत व्यक्तीजवळ स्वत:चा मोबाईल फोन आहे. प्रसारमाध्यमे, यांत्रिकतेच्या माध्यमातून जीवन जगण्यासाठी आवश्यक अशा निर्माण झालेल्या सोयी, मनुष्यबळाचा कमीत कमी वापर व यांत्रिकतेचा जास्तीत

जास्त वापर. या सगळ्या गोष्टी आजच्या सामाजिक जीवनाचा अविभाज्य भाग बनलेल्या आहेत आणि सर्व स्तरावरील व्यक्ती आज यंत्रसामग्रीचा वापर करून जीवन जगणे सुसह्य बनवीत आहेत. १९९१ नंतर आपल्या देशात जी मुक्त अर्थव्यवस्था झाली त्याचे पडसाद आदिवासी, ग्रामीण आणि शहरी सगळ्या प्रकारच्या समाजजीवनावर पडलेले दिसून येतात. शिक्षण घेण्याचे प्रमाण वाढले त्याचबरोबर विविध प्रकारचे तांत्रिक शिक्षण घेण्याबाबत लोकांच्या मनात अनुकूलता निर्माण झाली. आय.टी. क्षेत्रातील नोकऱ्या, परदेशातील नोकऱ्या अशी रोजगारांची नवीन साधने उत्पन्न झाली. परिणामी दरडोई उत्पन्नात वाढ झाली. वेगवेगळ्या आरक्षणाच्या सोयींमुळे सर्व प्रकारच्या समाजाला शिक्षण घेता येणे शक्य होऊ लागले. अंगणवाड्या, आश्रमशाळा, आदिवासी मुला-मुलींसाठी वेगळी वसतीगृहे, दलित समाजातील विद्यार्थ्यांना मिळणाऱ्या विविध सवलती व शिष्यवृत्त्या यामुळे सगळ्यांना अपेक्षित शिक्षण मिळू लागले.

शिक्षणाचा हेतू सांगताना डॉ. हुमायून कबीर यांनी असे मत व्यक्त केलेले आहे की, केवळ रोजगार किंवा नोकऱ्या मिळाव्यात हा शिक्षणाचा उद्देश नाही तर शिक्षणामुळे व्यक्ती विचारप्रवण बनणे हा खरा शिक्षणाचा उद्देश आहे. शिक्षणामुळे व्यक्तीला स्वतःच्या क्षमतांचा अंदाज येतो व एवढ्या प्रचंड विश्वात जितक्या संधी आहेत त्यापैकी कोणत्या संधीचा फायदा आपण घेऊ शकतो व कशाप्रकारे आपण आपला विकास साधू शकतो याचा अंदाज येऊ शकतो. आज निश्चितपणे असे सांगता येईल की सर्वच समाजात वैचारिक विकास झाला आहे व वैचारिक विकासाचा उपयोग आर्थिक विकासासाठी कसा करून घेता येईल याविषयी सर्वदूर विचार सुरू झालेला आहे.

शिक्षण, बाजारपेठ, दळणवळण या बाबतीत सगळे जगच जवळ आल्यामुळे व इंटरनेटमुळे सगळे माहितीचे स्रोत हातासरशी असल्यामुळे गेल्या काही वर्षांत जाणिवा विस्तारल्या आहेत. जाणिवा विस्तारणीकरिता आवश्यक असलेल्या बाबी सर्व स्तरावर उपलब्ध आहेत. त्यामुळे आपले जीवन कसे असावे? याविषयी प्रत्येक व्यक्तीच्याच काही कल्पना निर्माण झालेल्या आहेत.

जीवनापासून अपेक्षा वाढलेल्या आहेत शिवाय स्वत:च्या क्षमतेचाही अंदाज आलेला आहे. आपला विकास आपणच करू शकतो, तो कोणी बाहेरून अवतार घेऊन करणार नाही ही जाणीव सर्वच व्यक्तींच्या मनात निर्माण झाल्यामुळे प्रयत्नांवर विश्वास बसला आहे व जीवन जगण्यात एक प्रकारचा आत्मविश्वास आलेला आहे.

केंद्र सरकारच्या विविध कल्याणकारी योजनांमुळे काही प्रमाणात का होईना; पण जीवन जगण्याची स्वप्ने खरी होतील अशी आशा निर्माण झालेली आहे.

या सगळ्या सामाजिक परिवर्तनाचा परिणाम स्वाभाविकपणे महाराष्ट्रातील लोकांवर झालेला आहे. सर्व अत्याधुनिक सुख-सुविधा जीवन जगण्याच्या प्रक्रियेत प्राप्त व्हाव्यात ही सर्वांचीच इच्छा आहे. परिणामी सध्या आर्थिक संबंधांना जास्त महत्त्व येत चाललेले आहे. प्रत्येक व्यक्तीने पैसा मिळविलाच पाहिजे यासारखी मूल्यव्यवस्था समाजात जोर धरू लागलेली आहे. पूर्वी महाराष्ट्रात संयुक्त कुटुंबपद्धती होती. या कुटुंबपद्धतीमध्ये संपत्ती सामायिक होती व सर्व निर्णय कुटुंबप्रमुखाचे असत. कुटुंबातील सर्व व्यक्तींना ते निर्णय मान्य करावे लागत असत. प्रत्येकाला वेगळे व्यक्तिमत्त्व आहे व प्रत्येकाची जीवन जगण्याची व समाधानाची कल्पना वेगळी आहे ही कल्पनाच मान्य नव्हती, तर सगळ्यांना एकाच गोष्टीत समान पातळीवरचा आनंद मिळेल हे गृहीत धरले जात होते. संयुक्त प्रकारच्या कुटुंबामुळे सगळ्या प्रकारच्या रूढी, परंपरांचे पालन काटेकोरपणे केले जात होते. लहान लहान गोष्टींबाबत कुटुंबाची प्रतिष्ठा पणाला लागत होती. खोटी प्रतिष्ठा टिकवून ठेवण्यासाठी अवाजवी खर्च करावयास लोकांना काहीही वावगे वाटत नव्हते.

परंतु आज महाराष्ट्रातील कुटुंबपद्धतीचा विचार केल्यास संयुक्त कुटुंब लयाला गेलेले असून सर्वत्र विभक्त कुटुंब निर्माण झालेले आहे. पती, पत्नी आणि त्यांची मुले एवढ्या मर्यादित लोकांचेच कुटुंब निर्माण झाल्यामुळे प्रत्येकाची वैयक्तिक आवडनिवड विचारात घेऊन त्याचा विकास करण्यावर भर दिला जात

आहे. याशिवाय विभक्त कुटुंबपद्धती रुढी-परंपरांचे महत्त्व कमी झाल्यामुळे व इतर नातेवाईकांना दिले जाणारे महत्त्व कमी झाल्यामुळे कुटुंबाचा किमान आर्थिक स्तर टिकविणे शक्य झालेले आहे.

विकास म्हणजे केवळ आर्थिक विकास हीच भावना वाढीला लागलेली आहे.

'महाराष्ट्रातील गरिबी' या मुद्यांचा विचार केल्यास सध्याचा प्रचंड प्रमाणावर परिवर्तन झालेल्या लोकांचे विचार खालीलप्रमाणे असल्याचे दिसून येतात.

(१) आपल्या शिक्षणाप्रमाणे आपल्याला नोकरी किंवा रोजगार मिळावा.

(२) अन्न, वस्त्र, निवारा याबाबतीतल्या सगळ्या गरजा चांगल्या प्रकारे पूर्ण व्हाव्यात.

(३) आपल्या वाटेला आलेले काम प्रामाणिकपणे करावे.

(४) केवळ आर्थिक विकास हीच खरी महत्त्वाची बाब आहे. त्यामुळे व्यक्तीचा सतत प्रयत्न आर्थिक विकास करण्याकडे असावा.

(५) रुढी परंपरा, इतर धार्मिक क्षेत्रे याकडे त्यामानाने लक्ष कमी.

(६) इतर सामाजिक संबंध कमी महत्त्वाचे मानावे व आर्थिक संबंध जास्त महत्त्वाचे मानले जाते. (money - oriented relations are converted in social relation)

(७) जी जी सुखे समाजात उपलब्ध आहेत व जी प्राप्त करून घेणे आपल्या क्षमतेत बसणारे आहे ती प्राप्त करून घेण्याकडे व्यक्तींचा कल आहे.

(८) व्यक्ती भविष्याचा विचार फार मोठ्या प्रमाणावर करावयास लागलेल्या आहेत. नातेसंबंधापेक्षाही भविष्यात पैसाच उपयोगी पडणार आहे. याविषयी लोकांच्या मनात शंका राहिली नाही.

(९) इतर लोकांच्या जीवनामध्ये आपण हस्तक्षेप करू नये असे व्यक्तीला वाटते. जोपर्यंत कोणी स्वत:हून विचारत नाही तोपर्यंत कोणी कोणाला सल्ला देऊ नये ही विचारसरणी वाढत चाललेली आहे.

(१०) मुलगा-विमुलगी हे लिंगभेद मनातून व समाजातून पूर्णपणे गेलेले नसले तरी सर्वांनीच प्रगती करावी ही विचारधारा निर्माण झालेली आहे.

(११)	व्यक्तिमत्त्वविषयक जाणीव नव्यानेच निर्माण झालेली आहे. आपले मन, विविध कला, आवडीनिवडी, क्षमता, वागण्याबोलण्याच्या पद्धती यातून आपले व्यक्तिमत्त्व निर्माण होते व त्याप्रमाणे शिक्षण घेणे व रोजगार मिळविणे यावर लोकांचा विश्वास बसलेला आहे.

(१२)	वडिलधाऱ्या लोकांबद्दल आदराची भावना काही प्रमाणात कमी झालेली आहे. पैशाशी संबंधित निर्माण झालेल्या सामाजिक संबंधामुळे परावलंबी वडिलधारे यांना ओझे मानण्याची वृत्ती वाढलेली आहे.

(१३)	आपल्या सर्व गरजा व्यवस्थित पूर्ण झालेल्या असून जीवनात आपण सुखी आहोत हे इतरांना दाखवून देण्याची प्रवृत्ती वाढली आहे.

(१४)	नातेवाचक संबंध ही पूर्णपणे आपली खाजगी बाब आहे. त्यामुळे या संबंधाची सार्वजनिक व सामाजिक चर्चा टाळली पाहिजे असे व्यक्तीला वाटू लागलेले आहे.

वरील काही मुद्यांच्या आधारे सध्या महाराष्ट्रातील लोकांची मनोवृत्ती कशी बनत चाललेली आहे व सामाजिकदृष्ट्या ते कशाला महत्त्व देतात याविषयीची माझी निरीक्षणे मी या ठिकाणी नोंदविलेली आहे. गेली २५ वर्षे वर्गात विद्यार्थ्यांना समाजशास्त्र हा विषय शिकवून आणि गेली ५० वर्षे समाजात राहण्याचा मला जो अनुभव आहे त्या आधारावर मी ही वरील मते व्यक्त केलेली आहे. सामाजिक घटकांचा प्रभाव व्यक्तीच्या आर्थिक क्रियांवर पडतो त्यामुळे वरील मते व्यक्त करणे मला गरिबीच्या संदर्भात आवश्यक वाटले. कदाचित अन्य व्यक्तींना ही मते पटणारही नाहीत. तेव्हा त्यांना त्यांची मते व्यक्त करण्याचा पूर्ण अधिकार आहे एवढेच मी म्हणेन.

काही सामाजिक त्रुटी व गरिबी

सामाजिक घडामोडी, व्यक्तींचे विचार व गरिबी यांचा निकटचा संबंध आहे. गेल्या काही वर्षात परिवर्तनाची प्रक्रिया प्रचंड प्रमाणात होऊनही व वरकरणी राज्याचा विकास झालेला आहे असे वाटत असूनही केवळ जन्मभर गरजा पूर्ण

करीत राहणे हेच बऱ्याच व्यक्तींच्या आयुष्याचे महत्त्वाचे सूत्र बनत चाललेले आहे. व्यक्तीची सगळी शक्ती जर निर्माण झालेल्या गरजा पूर्ण करणे व त्यासाठी आर्थिक तरतूद करणे यातच खर्च झाली तर इतर वैयक्तिक व सामाजिक विकास व्यक्तीला करता येत नाही. आर्थिक बळ नसल्यामुळे कित्येकांना चांगला रोजगार मिळत नाही, आवडीचे शिक्षण घेता येत नाही, मनाप्रमाणे विवाह करता येत नाहीत, मुला-मुलींचे विवाह आर्थिक कारणामुळेच योग्य त्या ठिकाणी करता येत नाहीत व आर्थिक कारणामुळेच त्यांचे विवाहसंबंध ताणलेले असतात.

जीवनाकडून असणाऱ्या प्रचंड आकांक्षा, गरजा पूर्ण करण्याबद्दलच्या सगळ्या बदललेल्या संकल्पना, माहितीच्या महाजालामुळे सगळ्या आधुनिक गोष्टींची झालेली ओळख व त्यामुळे आर्थिक बळाअभावी आलेली हतबलता या सर्वसाधारण बाबी महाराष्ट्रीय समाजजीवनात पाहावयास मिळतात. या समाजात केवळ आर्थिक दर्जाच महत्त्वाचा ठरतो त्या समाजात व्यक्तीच्या गुणवत्तेला फारशी किंमत राहत नाही हाच निष्कर्ष यातून काढता येईल. स्वत:च्या गुणांच्या आधारे आपल्याला पैसा मिळत नाही. आपल्यापेक्षा कमी क्षमता असणारे लोक आपल्यापेक्षा चांगल्या स्थितीत राहतात ही भावना महाराष्ट्रीय लोकांमध्ये आहे.

जेव्हा आर्थिक विश्व हेच सर्वस्व होऊन बसते तेव्हा मानसिक समस्या वाढताना दिसून येतात. त्यामुळेच व्यक्तीचा जीवन जगण्याचा आत्मविश्वास कमी होतो व स्वत:वरील विश्वासाला तडे जातात. परिणामी व्यक्ती सामान्य जीवन तर जगतात; पण जीवनातील कित्येक घडामोडी त्यांना इतरांपासून लपवाव्या लागतात. ह्याचा परिणाम महाराष्ट्रात सध्या बुवाबाजी, महाराजबाजी फार मोठ्या प्रमाणावर निर्माण झालेली आहे व स्वत:च्या कर्तृत्वावर विश्वास नसणारे लोक व आपल्या जीवनातील प्रश्न सोडविण्यात ज्यांना अपयश आलेले आहे असे लोक या बुवां अन् महाराजांकडे फार मोठ्या प्रमाणात आकृष्ट झालेले दिसून येतात. यांचा परिणाम ते आणखी गरीब होण्यात झालेला आहे.

महाराष्ट्रातील लोकांचा चांगला गुणधर्म म्हणजे 'वर्गीय तिरस्कार' हा प्रकार येथे नाही. श्रीमंत/मध्यमवर्गीय व गरीब हे गट किंवा वर्ग आर्थिक

आधारावर पडलेले असले तरी प्रत्येक वर्ग आपल्या ठरलेल्या समाजव्यवस्थे – प्रमाणे जीवन जगताना दिसतो. गरीब श्रीमंतांचा द्वेष करीत नाहीत व मध्यमवर्गीयही गरिबांना परके मानत नाहीत. ही एकोप्याची भावना महाराष्ट्रातील समाजव्यवस्थेत थोड्याफार प्रमाणात दिसून येते. त्यामुळे फारसे संघर्ष नाहीत. उलट आपल्या वाटेला आलेले जीवन आपण योग्य त्या प्रकारे जगले पाहिजे ही बाब लोकांच्या मनात आहे.

महाराष्ट्रातील गरिबीचे काही सामाजिक परिणाम

सदर पुस्तकात आपण आतापर्यंत महाराष्ट्रातील गरिबी व त्याअनुषंगाने इतर अनेक विचार तपासून घेतले. गरिबी ही एक सामाजिक व्याधी आहे असे म्हटले जाते. गरिबीचा संबंध आर्थिकतेशी असला तरी शेवटी आर्थिकतेचा संबंध समाजाशी असतो. व्यक्तीला समाजात राहूनच सगळ्या प्रकारचा आर्थिक क्रिया कराव्या लागतात. त्यामुळे गरिबीचे व्यक्तींवर व समाजावर होणारे परिणाम भयावह असतात. माझ्या दृष्टीने महाराष्ट्रातील गरिबीचे येथील समाजावर खालील परिणाम झालेले आहेत.

(१) आत्मविश्वासाची कमतरता

गरिबी असणे याचा अर्थ लोक उपाशी राहतात असा नाही, तर लोकांना त्यांच्या गरजा ज्या पद्धतीने पूर्ण व्हाव्यात असे वाटते त्या पद्धतीने त्या पूर्ण होत नाहीत. प्रत्येक व्यक्तीची जीवन जगण्याची जी चौकट असते ती त्यामुळे प्रभावित होते. ज्या ज्या कल्पना मनात केलेल्या असतात त्या प्रत्यक्षात येत नाहीत त्याला पैशाचा अभाव ही महत्त्वाची गोष्ट जबाबदार आहे. अखंड निर्माण होणाऱ्या गरजा व त्यामानाने त्या पूर्ण करण्यात कमी पडलेली व्यक्ती हे चित्र महाराष्ट्रात ठिकठिकाणी दिसून येते. बरेचदा प्रचंड प्रयत्न करूनही हाती फारसे काही पडत नाही. कशा पद्धतीने प्रयत्न करावेत? हे समजत नाही, याचा परिणाम लोकांचा आत्मविश्वास कमी होण्यात होतो व व्यक्ती कोणत्याही दुःखाने लवकर खचतात.

जीवन जगण्याची प्रक्रिया ही दीर्घकाळ चालणारी प्रक्रिया आहे. या प्रक्रियेत कधी व्यक्तीचा जय होतो तर कधी त्याला पराभव पत्करावा लागतो. पण जर सतत पराभवच वाटेला येत असतील तर लोकांचा स्वप्रयत्नावरील विश्वास उडणे स्वाभाविक आहे. अशा आत्मविश्वास हरविलेल्या व्यक्ती स्वत:ची आर्थिक स्थिती बदलवू शकत नाहीत.

(२) नकारात्मक विचारांची वाढ

सध्या व्यक्तिमत्त्व विकासाच्या ज्या कार्यशाळा सतत सुरू असतात त्यातून हा मुद्दा वारंवार सांगितला जातो की नकारात्मक विचार मनातून बाजूला काढा व होकारात्मक (positive thinking) विचारांची कास धरा. आपल्याला काय मिळाले नाही. याचा विचार करण्यापेक्षा जे मिळालेले आहे त्यात काय करता येईल? याचा सकारात्मक विचार व्यक्तीने करणे आवश्यक आहे. याबाबत एक प्रसिद्ध वाक्य आहे की, 'वो नाराज है की उनके पास जूते नही है, लेकीन कईयोंके पास तो पाँव भी नही होते.'

सकारात्मक विचार ही व्यक्तीच्या मनाला मिळालेली समतोल देणगी आहे. बालपणातील संस्कार, संपर्कात येणाऱ्या व्यक्ती यातून हे विचार विकसित होत जातात. सकारात्मक विचार कसे करावेत? हे देखील पूर्वापारपासून समाजात सांगितले जाते.

परंतु सगळ्यांनाच स्वत:मध्ये सकारात्मक विचार बाणवता येत नाहीत. ज्यांच्या जीवनात सर्व बाबतीत आर्थिक अभाव आहे त्यांच्याकडून तशी अपेक्षाही करता येत नाही. जर सतत नकारात्मक विचारांनी व्यक्तीचा पाठपुरावा केला तर व्यक्ती हळूहळू निष्क्रीय बनतात व कोणतेही कार्य करीत नाहीत जेणेकरून त्याच्या गरिबीत सुधारणा होईल. गरीब हे गरीबच का बनत जातात याचे उत्तर ते नकारात्मक विचारातून बाहेर पडत नाही हे आहे.

(३) वाढणाऱ्या अंधश्रद्धा

गरिबीमुळे समाजात निर्माण होणारी ही एक महत्त्वाची समस्या आहे व महाराष्ट्रातील जनजीवनात ज्या अर्थी अंधश्रद्धा आहेत त्याअर्थीच महाराष्ट्रात गरिबी आहे हे सिद्ध झाले. आर्थिक स्थिती चांगली व्हावी म्हणून लोक जीवापाड प्रयत्न करतात. कोणत्या तरी महाराजांच्या नादी लागतात, कायम तीर्थयात्रा करतात, सतत आपला वेळ अंधश्रद्धा पूर्ण करण्यात घालवितात, यातून त्या स्वतःच्या नियत कार्यापासून बाजूला पडतात. अशा प्रकारच्या अनुत्पादित कार्यात त्यांचा जास्त वेळ असल्यामुळे त्यांच्याकडून उत्पादित कार्ये होत नाहीत.

(४) तुलनात्मक विचार

गरिबीमुळे येणारी ही एक सामाजिक व मानसिक समस्या आहे. प्रचंड प्रगती झालेल्या आजच्या परिवर्तनीय समाज व्यक्तीला सतत आपल्या जीवनाची तुलना इतरांच्या जीवनाशी करण्याची सवय लागते व हा गरिबीचा व्यक्तीवर आणि समाजावर झालेला परिणाम आहे. प्रत्येक व्यक्तीची क्षमता सारखी नसते. एकच परिस्थिती असून देखील दोन व्यक्तींकडून वेगवेगळ्या प्रकारची कार्ये होतात. समाजात नेहमी स्तरीकरण झालेले असते. निसर्गतः प्रत्येकाची ग्रहणक्षमता, आकलनक्षमता सारखी नाही, प्रत्येकाच्या बुद्धिमत्तेत फरक आहे. एकाच छताखाली वर्षानुवर्षे राहणाऱ्या लोकांच्या वागण्यात व कार्यक्षमतेत वेगळेपणा असतो. त्यामुळे विषमता हाच अनेक विचारवंतांनी समाजाचा पाया मानलेला आहे. त्यामुळे व्यक्ती जर कायम तुलनात्मक विचारांनी घेरलेली राहिली तर ती जीवनात कोणत्याच भूमिका प्रभावीपणे पार पाडू शकणार नाही. तुलनात्मक विचार ही समाजाला गरिबीने दिलेली देणगी आहे.

(५) कर्तव्य आणि मूल्यांचा अधिक प्रश्न

वाढती गरिबी ही सामाजिक असुरक्षितता निर्माण करते. गरिबीमुळे व्यक्ती स्वतःला असाहाय्य समजतात, परिणामी सामाजिक घडामोडींचा त्यांच्यावरील

प्रभाव वाढतो. अलीकडच्या काळात कित्येक समाजशास्त्रज्ञांनी जो अभ्यास केला त्याचा हाच निष्कर्ष आहे. समाजात प्रत्येक व्यक्तीने जन्माला येऊन कोणत्या कर्तव्याचे पालन करणे महत्त्वाचे आहे व त्याने कोणत्या सामाजिक मूल्यांना महत्त्व द्यावे याविषयीचे काही नियम निर्माण झालेले असतात. श्रीमंतांपेक्षा गरिबांवर या सर्व कर्तव्ये व मूल्यांचा प्रभाव जास्त प्रमाणावर पडलेला दिसून येतो. तसेच एखादा समाज जेवढा अधिक गरीब तेवढा तो मूल्यांना मानणारा असतो. मी भिकाऱ्यांचा जा अभ्यास केला त्यातून मला गोष्ट दिसली व एक अनुभव आला की, मी इगतपुरीच्या रेल्वेस्टेशनवर फिरत असताना एका भिकाऱ्याला एक रुपया दिला त्याने तो घेतला व आनंदाने निघून गेला. तो भिकारी दाढी वाढविलेला व वयाने जवळपास पन्नाशीचा होता. माझी गाडी यावयास उशीर होता म्हणून मी प्लॅटफॉर्मवर रेंगाळत असताना पुन्हा अध्या तासाने तोच भिकारी माझ्याजवळ येऊन भीक मागू लागला. मी त्याला यावेळी दोन रुपयाचे नाणे दिले तेव्हा त्याने चमकून माझ्याकडे बघितले. मग जवळपास अर्धा तास तो माझ्याशी बोलत राहिला. तेव्हा मला कळले की, तो सुरतवरून इगतपुरी येथे येऊन भीक मागतो. पंधरावीस दिवसांनी परत सुरतला जातो व तेथे एका बँकेत भिकेचे पैसे जमा करतो. त्याने त्याचे पासबुक मला दाखविले. त्यावर त्याचा फोटो होता व बँकेत ६०,००० रुपये शिल्लक होते. त्याला आणखी फक्त पाच हजार रुपये जमवायचे होते. मी विचारलं, 'कशाला ६५,०००रु. पाहिजेत?' त्याने उत्तर दिलं, 'साब, बच्ची की शादी करनी है...' त्याच्या या उत्तरावर मी त्याच्याकडे फक्त सुन्नपणे पाहत राहिलो. जितकी व्यक्ती अधिक गरीब तितका त्याच्यावर करावयाच्या कर्तव्याचा पगडा जास्त असतो. आत्महत्येचे प्रमाण विचारात घेता, राज्यात विदर्भात सर्वाधिक शेतकऱ्यांनी आत्महत्या केल्या. त्यांच्या आत्महत्येची कारणे समान होती. कर्ज फेडू न शकल्यामुळे व मुलीचे लग्न करू न शकल्यामुळे ही दोन कारणे सर्वांमध्ये समान होती.

गरिबांना पैशाअभावी केवळ समाजाचा आधार असल्यामुळे ते समाजाला धरून चालतात. परिणामी कर्तव्य व मूल्ये यांचा प्रभाव स्वीकारतात. पंढरपूरच्या

दिंडीत पायी चालून वारी करणाऱ्यांचा अभ्यास केला तर जवळपास ८०% वारकरी गरीब असल्याचे दिसते; पण ते अभिमानाने सांगतात की, 'गेल्या १०० वर्षांत आमच्या घराण्याची वारी चुकली नाही.'

थोडक्यात, परंपरा, कर्तव्य व मूल्ये यांचा प्रचंड प्रभाव गरिबीचा एक परिणाम आहे.

काही मला महत्त्वाच्या वाटणाऱ्या परिणामांचीच फक्त येथे चर्चा केलेली आहे.

गरिबी निर्मूलनाचे काही उपाय

गरिबी ही एक दीर्घकाळ चालणारी प्रक्रिया आहे. ही अवस्था कधीही एकदम येत नाही, तर हळूहळू येते व जीवनावर ताबा मिळविते. एकदा व्यक्ती गरीब झाली की तिला दुष्टचक्रातून बाहेर येणे शक्य नसते. फार कमी व्यक्ती त्यातून बाहेर येऊ शकतात.

समाजात निर्माण झालेली गरिबी कशी कमी होऊ शकेल याविषयी अर्थशास्त्रज्ञ वेगवेगळे उपाय सांगतात. लोकसंख्या कमी ठेवणे, रोजगार हमी योजना राबविणे, ग्रामीण तरुणांसाठी स्वयंरोजगाराच्या वेगवेगळ्या योजना आखणे, गरिबांना घरे देणे, रेशनकार्डावर योग्य प्रमाणात धान्य मिळेल ते पाहणे, उत्पन्न आणि संपत्तीतील विषमता कमी करणे, समाजात साक्षरता प्रसार करणे, औद्योगिकीकरणाची वाढ करणे, कुटीरोद्योगांना चालना देणे, बचतीची वाढ करणे इत्यादी उपाय अर्थशास्त्राच्या दृष्टिकोनातून सांगितले जातात. माझ्या मते, खालील काही समाजशास्त्रीय उपायांचा आढावा घेतला गेला किंवा या उपायांची समाजात व्यवस्थित अंमलबजावणी झाली तर काही प्रमाणात गरिबीला आळा घातला जाऊ शकेल. हे उपाय महाराष्ट्रातील गरिबीच्या संदर्भात सांगितलेले आहेत.

(१)   अंधश्रद्धा दूर करणे – काही प्रमाणात धर्म व धर्मातील श्रद्धा जीवन जगण्यासाठी आवश्यक असल्या तरी त्यातून ज्या अंधश्रद्धा निर्माण होतात त्या अतार्किक असतात. त्या व्यक्तीने आपल्या जीवनातून घालविल्या पाहिजेत.

---

(२) आपल्या व्यक्तिमत्त्वाला साजेसा रोजगार किंवा नोकरी निवडणे.

(३) हताश न होता परिस्थितीतून मार्ग काढण्याचा प्रयत्न करणे.

(४) तीर्थयात्रा, चारीधाम या गोष्टी पैसा असल्यासच कराव्या अन्यथा घरातूनच हात जोडावेत.

(५) स्वतःचे जीवन पूर्णपणे वेगळे आहेत त्यामुळे प्रत्येकाचे प्रश्न वेगळे आहेत. परिणामी लोकांनी स्वतःच्या जीवनाची तुलना कोणाशीही करण्याचे कारण नाही.

(६) व्यक्तीने भूतकाळ उगाळत न बसता सतत भविष्याचा विचार करणे. कारण व्यक्ती जर आपल्या संपन्न भूतकाळात रममाण झाल्या तर त्या वर्तमानकाळातील क्रिया व्यवस्थित करू शकणार नाहीत. त्यासाठी हे टाळणे आवश्यक आहे.

(७) व्यक्तीने कधीही स्वतःला कमकुवत व दुबळे समजू नये.

(८) स्वतःच्या आत्मविश्वासात वाढ करावी व फार दूरचा विचार करू नये. नजीकच्या भविष्याचा विचार व्यक्तीला कार्यप्रवण करतो तर दूरच्या भविष्याचा विचार व्यक्तीला निष्क्रीय बनवितो.

(९) नियतीने जे काम व्यक्तीवर सोपविलेले आहे ते प्रामाणिकपणे व पूर्ण मनापासून करावे जेणेकरून मानसिक समस्याची निर्माण होणार नाहीत.

(१०) व्यक्ती केवळ गरजा पूर्ण करणारा प्राणी नाही. तसे असेल तर इतर पशुपक्षी, प्राणी व मनुष्य यामध्ये काहीही फरक राहणार नाही. व्यक्तीने काही छंद जोपासावे तेव्हाच तिचे मनुष्यपण सिद्ध होईल. आपल्याला कशाने आनंद मिळतो याचा शोध त्या व्यक्तीनेच घेणे आवश्यक आहे.

(११) ज्या क्षेत्रात सतत बेकारी आहे त्या क्षेत्राचे शिक्षण घेणे टाळले पाहिजे.

(१२) सतत सध्याच्या अवस्थेबद्दल विचार करण्यापेक्षा अधिक चांगल्या अवस्थेचा विचार करीत राहिले पाहिजे.

(१३) व्यक्तीने नेहमी स्वत:च्या क्षमतांचा विचार करावा. आपल्या क्षमतेपलीकडे कोणतेही काम करू नये. आपण काय करू शकतो व काय करू शकत नाही हे लक्षात घ्यावे.

(१३) आर्थिक प्रगतीसाठी स्वत:चे गाव सोडून दुसरीकडे जाण्याची नेहमी तयारी ठेवावी. जे स्थलांतर करू शकतात तेच स्वत:ची प्रगती करू शकतात हे लक्षात ठेवावे.

हे वर सुचविलेले उपाय समाजशास्त्रीय विचार करून सुचविलेले आहेत. जर त्यांची अमंलबजावणी झाली तर मला आनंदच होईल.

'महाराष्ट्रातील गरिबी' या मुद्यांची चर्चा पूर्ण पुस्तकभर आपण केली. ही चर्चा कितीही लांबविली जाऊ शकते; परंतु गरिबी ही सापेक्ष कल्पना आहे व गरिबी आली म्हणजे सगळे जीवनच संपले असे मानण्याचे काहीही कारण नाही. 'आपण गरीब आहोत' हा विचारच व्यक्तीला स्वत:च्या स्थितीमध्ये सुधारणा घडवून आणावयास भाग पाडतो आणि व्यक्ती श्रीमंत झाली नाही तर चालेल; पण तिच्या सगळ्या गरजा जर व्यवस्थित पूर्ण होत असतील तर गरिबीचे वैषम्य वाटण्याचे काहीच कारण नाही.

संदर्भ सूची

१. अवचट अनिल – धागे आडवे उभे – मॅजेस्टिक प्रकाशन

२. कुलकर्णी शिल्पा – गुन्हा आणि समाज – डायमंड पब्लिकेशन्स

३. खडसे भा. कि.– भारतीय समाज आणि सामाजिक रचना–
हिमालया पब्लिशिंग हाऊस

४. दाभोळकर नरेंद्र – ऐसे कैसे झाले भोंदु – छाया प्रकाशन

५. मायी सुनील – आलो जन्मभदी मागाया – जनशक्ती वाचक चळवळ

६. मायी सुनील – भारतीय समाज प्रश्न आणि समस्या – डायमंड पब्लिकेशन्स

७. Ahuja Ram - Social Problems in India - Rawat Publication

८. Dube S.C. - Indian Society - Allied Publications

९. Sharma R.N. -Indian Social Problems -
Media Promoter & Publisher